मराठेशाहीचे अंतरंग

डॉ. जयसिंगराव भाऊसाहेब पवार

मेहता पब्लिशिंग हाऊस

Please contact us at **Mehta Publishing House Pvt. Ltd.,** Pune 411030.
✆ +91 020-24476924 / 24460313 / Mob. No. 9545000513
Email : production@mehtapublishinghouse.com
Website : www.mehtapublishinghouse.com

MARATHESHAHICHE ANTARANG by DR. JAYSINGRAO PAWAR

मराठेशाहीचे अंतरंग : डॉ. जयसिंगराव भाऊसाहेब पवार / संशोधनात्मक

Email : author@mehtapublishinghouse.com

संस्थापक : सुनील अनिल मेहता

प्रकाशक : मेहता पब्लिशिंग हाऊस प्रा. लि.,
१९४१, सदाशिव पेठ, माडीवाले कॉलनी, पुणे - ४११०३०.

मुद्रक : ट्रिनिटी ॲकॅडमी फॉर कॉर्पोरेट ट्रेनिंग लिमिटेड

मुखपृष्ठ : चंद्रमोहन कुलकर्णी

प्रकाशनकाल : द्वितीयावृत्ती : डिसेंबर, २०१० /
मेहता पब्लिशिंग हाऊस यांची सुधारित तृतीयावृत्ती : मार्च, २०१८ /
मार्च, २०२० / पुनर्मुद्रण : ऑगस्ट, २०२४

किंमत : ₹ २५०

P Book ISBN 9789387789234
E Book ISBN 9789387789241
E Books available on : amazonkindle Apple Books Google Play Books

---

थोर इतिहाससंशोधक,
शिवाजी विद्यापीठाचे पहिले कुलगुरू,
संशोधन क्षेत्रातील माझे आद्य गुरू-
डॉ. अप्पासाहेब पवार
यांच्या पवित्र स्मृतीस अर्पण-

लेखकाचे दोन शब्द...

'मराठेशाहीच्या अंतरंगा'चा शोध घेणाऱ्या माझ्या बारा लेखांचा हा संग्रह इतिहासप्रेमींच्या हाती देताना मला आनंद होतो आहे. वस्तुतः यातील सहा लेख यापूर्वीच्या माझ्या 'मराठेशाहीचा मागोवा' या संग्रहात प्रसिद्ध झालेले आहेत. पण तो संग्रह आता दुर्मिळ झाल्याने प्रस्तुत ग्रंथात त्यातील काही महत्त्वाच्या लेखांचा समावेश केला आहे. हे लेख असे आहेत : १. छ. संभाजी महाराजांस मोगली कैदेतून सोडविण्याचा एक अज्ञात प्रयत्न, २. इतिहासाच्या अज्ञातवासातील मराठ्यांची एक राणी, ३. गिरजोजी यादव : मराठेशाहीतील एक कर्तबगार पण मतलबी मराठा, ४. सेनापती धनाजी जाधव व गिरजोजी यादव यांचा तंटा, ५. धनाजी जाधव : इतिहासाला कलाटणी देणारा सेनापती, ६. मराठेशाहीतील छत्रपती ऱ्हासाला का गेले?

शेवटचा लेख म्हणजे उपरिनिर्दिष्ट संग्रहातील Decline of Maratha Monarchy या इंग्रजीतील लेखाचा मराठी अनुवाद आहे. राहिलेले लेख काही इतिहास परिषदांत एक तर वाचलेले शोधनिबंध आहेत किंवा नियतकालिकांत प्रसंगविशेषी लिहिलेले लेख आहेत. या लेखांचे विषय संकीर्ण स्वरूपाचे आहेत. काही अज्ञात घटना व व्यक्ती यांच्यावर या लेखांच्या रूपाने प्रथमच प्रकाश टाकला जातो आहे. उदाहरणार्थ, छत्रपती संभाजी राजांना शत्रूने कैद केल्यावर त्यांना सोडविण्याचा मराठ्यांनी केलेला प्रयत्न, ही अशीच एक घटना आहे. प्रतापराव गुजरांची कन्या व छ. राजाराम महाराजांची ज्येष्ठ राणी जानकीबाई हिच्या नावाशिवाय इतिहासाला आजवर काहीच ज्ञात नव्हते; अशा इतिहासाच्या अज्ञातवासात असलेल्या राणीवर एक लेख आलेला आहे.

गिरजोजी यादवही तशी इतिहासात फारशी ज्ञात नसलेली व्यक्ती. डॉ. अप्पासाहेब पवार यांनी आपल्या ताराबाईकालीन कागदपत्रांच्या पहिल्या खंडात 'यादव दप्तर' प्रसिद्ध केले आणि त्यातून मराठ्यांच्या इतिहासातील आजवर अज्ञात असलेल्या अनेक घटना व व्यक्ती प्रकाशात आल्या. गिरजोजी ही अशीच एक व्यक्ती. छत्रपती राजाराम महाराज व महाराणी ताराबाई यांच्या खास विश्वासातील हा मराठा अधिकारी. राजाराम काळात हा अंतःपूरचा सरहवालदार आणि ताराबाई काळात तर राणीचा 'दिवाण' म्हणून त्याचे उल्लेख आढळतात. हा मोठा कर्तबगार, पण मतलबी होता. त्याच्या चरित्रावरून तत्कालीन मराठी वतनदारांची व राजकारणी मराठ्यांची मानसिकता कशी होती, यावर चांगला प्रकाश टाकला जातो.

तत्कालीन मराठी राजकारणात हा, सेनापती धनाजी जाधवांचा प्रतिस्पर्धी होता. त्याचा धनाजीशी तंटा झाला, त्या वेळी महाराणी ताराबाईंनी हस्तक्षेप करून त्याच्या बाजूने निकाल दिला. यामुळे धनाजी मनातून दुखावला गेला आणि पुढे शाहू महाराजांच्या सुटकेमुळे निर्माण झालेल्या संधीचा फायदा उठवीत धनाजीने खेडच्या लढाईत त्यांच्या पक्षाला मिळून ताराबाईवर उट्टे काढले ! एका सेनापतीने मराठ्यांच्या इतिहासाला दिलेली ही कलाटणी होती. हा सर्वच नवीन इतिहास वाचकांना गिरजोजी यादव व धनाजी जाधव यांच्यावरच्या या तीन लेखांतून वाचावयास मिळेल.

महाराणी ताराबाई म्हणजे दुर्दम्य इच्छाशक्ती असलेली, या व्यक्तिमत्त्वाची स्त्री होती. वयाच्या अवघ्या २५ व्या वर्षी, ऐन तारुण्यात वैधव्याचे संकट कोसळले असतानाही मराठ्यांची ही राणी अखिल हिंदुस्थानचा बलाढ्य सम्राट औरंगजेब याच्याशी लढावयास सज्ज झाली आणि आपल्या अंगी असणाऱ्या लष्करी व प्रशासनिक गुणांच्या जोरावर तिने त्याच्याशी एक-दोन नव्हे, तर सात वर्षे सतत कठोर संघर्ष केला! हिंदुस्थानच्याच नव्हे, तर जगाच्या इतिहासात मराठ्यांच्या या राणीने केलेल्या या पराक्रमास तोड नाही. अशा या शूर व कर्तबगार राणीस पुढे १७१४ मध्ये तिच्याच विश्वासातील लोकांनी बंड करून सत्ताच्युत केले, हा मोठा दैवदुर्विलास होता. मराठ्यांच्या इतिहासात ही घटना 'राजवाड्यातील क्रांती' म्हणून प्रसिद्ध आहे. ही क्रांती कोणी घडविली, का घडविली याचा शोध प्रस्तुत संग्रहातील 'मराठेशाहीतील एकमेव रक्तहीन राज्यक्रांती' या लेखात घेतला आहे. कागदपत्रांच्या आधारावर या क्रांतीच्या रहस्याचा भेद करण्याचा मी प्रयत्न केला आहे.

शाहू महाराजांशी राज्याच्या हक्कांवरून संघर्ष करत असता, महाराणी ताराबाईंनी कोल्हापूरचे स्वतंत्र राज्य निर्माण केले होते. याच राज्यावर असताना उपरोक्त क्रांती होऊन त्यांच्या सवतीचा पुत्र- संभाजी महाराज, गादीवर आले होते. त्यांनी १७१४ सालापासून १७६० सालापर्यंत प्रदीर्घ काळ राज्य केले. त्यांना पुत्र संतान नव्हते. याचा फायदा घेऊन नानासाहेब पेशव्याने त्यांच्या मृत्यूनंतर कोल्हापूरचे राज्य

खालसा करण्याचा डाव टाकला. पण जिजाबाई या संभाजी महाराजांच्या राणीने मुत्सद्देगिरीच्या व लष्करी पराक्रमाच्या जोरावर तो उधळून लावला. लवकरच नानासाहेब मृत्यू पावले आणि त्याच्यानंतर पेशवा बनलेल्या माधवरावांनी सामंजस्याची भूमिका घेऊन जिजाबाईंशी स्नेह केला. हा सर्वच वृत्तान्त 'महाराणी जिजाबाई आणि माधवराव पेशवे' या लेखात आपणास वाचावयास मिळू शकेल. पेशव्यांच्या तडाख्यातून कोल्हापूरचे राज्य वाचवणारी इतिहासातील ही राणी वाचकांचे निश्चितपणे आदराचे स्थान बनेल.

छ. शिवाजी महाराजांनी हिंदवी स्वराज्याची स्थापना केली. शेकडो गडकोट बांधले, आरमार उभे केले, राजधानी तयार केली, एवढेच नव्हे, मराठ्यांची सार्वभौम सत्ता 'छत्रपतिपदा'च्या रूपाने राज्याभिषेक करून जाहीर केली. मराठी राज्यात छत्रपती सर्वेसर्वा होते. राज्याची सर्व सत्ता त्यांच्या हाती केंद्रित झाली होती. अशा प्रकारे सर्वांत श्रेष्ठ असलेल्या या पदाचा ऱ्हास होत होत अवघ्या ४०/५० वर्षांत ते निर्माल्यवत झाले! हे कसे घडले, किंवा कोणी व कसे घडविले, याबद्दल सामान्य इतिहासप्रेमींना नेहमीच औत्सुक्य असते. या एकूणच प्रकरणाचा शोध 'मराठेशाहीतील छत्रपती ऱ्हासास का गेले?' या लेखात घेतला गेला आहे.

प्रस्तुत संग्रहातील 'कुणबीण' या विषयावरील लेख समाजशास्त्रीय स्वरूपाचा आहे. दीडदोनशे वर्षांपूर्वी या महाराष्ट्रात माणसांची खरेदी-विक्री होत असे, जनावराप्रमाणे त्यांच्यावर जकात अथवा कर लादला जात असे; एवढेच नव्हे, एखाद्या निर्जीव वस्तूप्रमाणे स्त्रियांना बाजारातून 'कुणबीण' म्हणून विकत घेऊन त्यांना ब्राह्मणांस 'दान' म्हणून दिले जात असे, या गोष्टी कदाचित आजच्या वाचकांना खऱ्यासुद्धा वाटणार नाहीत! पण एके काळी या देशात, महाराष्ट्रात, ही माणुसकीला काळिमा फासणारी प्रथा अस्तित्वात होती, हे इतिहासच सांगतो. मराठी कागदपत्रांत सापडणारे अनेक दाखले घेऊन या प्रथेसंबंधीची चर्चा या लेखात केलेली आहे.

'मराठेशाहीतील पाच कर्तृत्वशालिनी स्त्रिया', 'मराठेशाहीतील विजयादशमी व क्षात्रपरंपरा' आणि 'किल्ले विशाळगड' असे आणखी तीन संकीर्ण लेख या संग्रहात अंतर्भूत केलेले आहेत. तेही वाचकांना उद्‌बोधक ठरतील, अशी आशा आहे.

प्रस्तुत लेखसंग्रहातील लेखांचे स्वरूप सर्वसाधारणपणे असे आहे. संपूर्ण मराठेशाहीचे चित्र उभे करणे हा या ग्रंथाचा हेतू नाही. तथापि मराठेशाहीतील काही घटना आणि व्यक्ती यांचा मागोवा घेत असताना अस्तित्वात असलेल्या चित्रांतील रेखा आणि रंग अधिक स्पष्ट व्हावेत म्हणून केलेला हा एक प्रयत्न आहे.

हा लेखसंग्रह इतिहास संशोधन क्षेत्रातील माझे आद्य गुरू कै. डॉ. अप्पासाहेब पवार यांच्या पवित्र स्मृतीस अर्पण केला आहे. इतिहास संशोधनाचे पहिले धडे मी त्यांच्या सहवासातच घेतले. डॉ. पवारांनी जर मला या क्षेत्रात आणले नसते, तर

आज माझ्या हातून मराठा इतिहासाची जी अल्पस्वल्प सेवा घडत आहे, ती झाली नसती. तेव्हा हे असे त्यांचे मोठे ऋण मी मानतो. हे ऋण न फिटणारे आहे; आणि त्यामध्ये तसेच राहणे हे अधिक समाधानाचे आहे.

– डॉ. जयसिंगराव पवार

अनुक्रमणिका

छत्रपती संभाजी महाराजांस मोगली कैदेतून सोडविण्याचा एक अज्ञात प्रयत्न

सन १९८९ मध्ये महाराष्ट्रात छत्रपती संभाजी महाराजांची ३०० वी पुण्यतिथी साजरी केली गेली. त्यानिमित्त छत्रपती संभाजी स्मारक मंडळ-रत्नागिरी आणि कोल्हापूर या संस्थेच्या वतीने 'छत्रपती संभाजी स्मारक ग्रंथ' सिद्ध करण्याची जबाबदारी माझ्यावर सोपविण्यात आली. संभाजी महाराजांच्या जीवनचरित्रावर विविध अंगांनी प्रकाश टाकणारी साधनसामग्री, लेख इ. या ग्रंथात समाविष्ट व्हावेत, असा माझा प्रयत्न होता.

या प्रयत्नांमध्येच कोल्हापुरातील एक संशोधक डॉ. आबासाहेब शिंदे यांनी लिहिलेले 'सातारचे प्रतिसरकार : प्रसंग आणि व्यक्ती' हे पुस्तक हाती आले. या पुस्तकात शिंद्यांनी सन १९४२ मध्ये सातारा जिल्ह्यात लोकांनी ब्रिटिश सत्तेविरुद्ध बंड पुकारून जे प्रतिसरकार स्थापन केले, त्या प्रतिसरकारच्या कथा; विशेषतः लोकांचे उठाव व लोकांची या उठावांतील पराक्रमी कृत्ये यांच्या हकिगती दिल्या आहेत. या हकिगतींमध्ये 'शिराळ्यात प्रतिसरकार' या प्रकरणात त्यांनी शिराळ्याच्या परिसराची ऐतिहासिक पार्श्वभूमी सांगत असता, शिवकालातील संभाजी महाराजांच्या कैदेच्या प्रसंगातील एक कथा त्यांच्या कानावर जी पडली ती उद्धृत केली आहे. आपल्या अभ्यासाच्या निमित्ताने अभ्यासदौरा करीत असता ही लोककथा त्या परिसरातील प्रसिद्ध क्रांतिकारक (१९४२ च्या लढ्यातील) बाबूराव चरणकर, बर्डे गुरुजी इत्यादींकडून डॉ. शिंदे यांना समजली, ती त्यांनी त्यांच्या शब्दांत दिली आहे, ती अशी –

संभाजी महाराजांस सोडविण्याचा जोत्याजी केसरकराचा प्रयत्न

डॉ. शिंदे लिहितात – 'संगमेश्वर येथे संभाजीराजे यांना पकडल्यानंतर मोगलांनी त्यांना पन्हाळ्याच्या पूर्व दिशेने सह्याद्रीस वळसा घालून वारणा नदी ओलांडून

शिराळा पेट्यात आणले. मराठ्यांची त्या काळातील हेर पथके अत्यंत कार्यक्षम असल्यामुळे महाराजांना शिराळ्यात आणणार आहेत, असे जोत्याजी केसरकर या सरदाराला कळल्यावर त्याने सैन्याची जमवाजमव केली आणि संभाजीराजांना घेऊन ज्या मार्गाने मोगल शिराळ्यातून खाली पूर्वेला जाणार होते, त्या मार्गावर ते दबा धरून बसले. त्या काळचा शिराळा पेटा म्हणजे झाडाझुडपांनी आच्छादलेला, पशुपक्ष्यांनी गजबजलेला, डोंगर-दऱ्या, टेकड्या, ओढ्यानाल्यांनी व्यापलेला असा दुर्गम भाग होता. त्यामुळे आक्रमण करण्यासाठी, बचाव करण्यासाठी किंवा पळून जाण्यासाठी भरपूर नैसर्गिक संधी उपलब्ध होती. जोत्याजी केसरकर यांनी मराठ्यांच्या गनिमी काव्याचा आसरा घेऊन संभाजी महाराज ज्या तुकडीमध्ये होते, त्या तुकडीवर गनिमी पद्धतीने विजेच्या चपळाईने हल्ला केला आणि महाराजांची मोगल सैन्यातून फारकत केली. महाराज आणि जोत्याजी केसरकर यांची क्षणभर भेट झाली. त्यात जोत्याजी केसरकरांनी महाराजांना विनंती केली, 'महाराज आपण आता पळून जावे.' संभाजीसारख्या शूर मर्दाला पळून जाण्याचा विचार मुळीच आवडला नाही. शत्रूबरोबर दोन हात करणाऱ्या मानी रणवीरास हा सल्ला रुचणारा नव्हता. संभाजी महाराजांनी जोत्याजी केसरकरांना सांगितले, 'मी पळपुटा नाही. मी पळून जाणार नाही. मी शूर आहे. मी लढत राहीन. लढता लढता मरून जाईन; परंतु पळून जाणार नाही.' हे संभाषण होते न होते एवढ्यात बरेचसे मोगल सैन्य एकत्र जमले. या मोगल सैन्याबरोबर आपण उघडपणे मैदानी युद्ध करू शकत नाही, म्हणून गनिमी काव्याचा एक भाग म्हणून जोत्याजी केसरकर आणि त्यांचे सहकारी झाडाझुडपांत, ओढ्या-नाल्यांत, दऱ्या-खोऱ्यात अदृश्य झाले.''[१]

डॉ. शिंदे यांना हे दाखवून द्यायचे होते की, सह्याद्रीच्या आसमंतामधील या डोंगराळ भागातील मराठे हे शिवकालापासून परक्या सत्तेशी झुंज देणारे बहादूर लोक असून, त्यांनी ४२ च्या चळवळीत ब्रिटिश सत्तेविरुद्ध बंड पुकारून प्रतिसरकार स्थापन केले आणि ही एकूण इथल्या मातीच्या गुणधर्माशी सुसंगत असणारीच घटना होती. परंतु लोककथा म्हणजे इतिहास नव्हे; तिच्यामध्ये काही वेळा इतिहासाचे कण मिळाले तरी तिचा इतिहासाचे एक साधन म्हणून स्वीकार करण्यापूर्वी तिला अन्य काही पुराव्यांचे पाठबळ मिळते का, हे पाहण्यासाठी मी थोडे थांबलो आणि या लोककथेचा समावेश मी उपरोक्त संभाजी स्मारक ग्रंथात केला नाही.

संभाजी महाराजांस सोडविण्याचा अप्पाशास्त्री दीक्षिताचा प्रयत्न

यानंतर बरेच दिवस गेले आणि परवा आमच्या कोल्हापूरच्या 'पुढारी' या दैनिकात 'वाचकांचा पत्रव्यवहार' या सदराखाली श्री. श्रीकृष्ण रघुनाथ दीक्षित या गृहस्थांचे एक पत्र प्रकाशित झाल्याचे अनपेक्षितपणे पाहावयास मिळाले; त्यामुळे

शिराळ्याच्या परिसरातील उपरोक्त लोककथेच्या शोधास पुन्हा चालना मिळाली. त्यांच्या पत्राचा सारांश असा होता की, शिराळ्याच्या दीक्षित (मूळ आडनाव जोशी) घराण्यातील दहाव्या पिढीचा पूर्वज कृष्णभट ऊर्फ अप्पाशास्त्री दीक्षित याने शेख निजामाच्या कैदेतून संभाजी महाराजांना सोडविण्याचा प्रयत्न केला; पण या प्रयत्नांत तो मारला गेला.[२] या श्री. श्रीकृष्ण दीक्षितांचे बंधू प्रा. कमलाकर दीक्षित हे माझे मित्रच असल्याने मी लगेच या उभय बंधूंशी संपर्क साधला. त्यांच्याकडून दीक्षित घराण्याची व अप्पाशास्त्रीच्या प्रयत्नांची जी हकिगत समजली ती अशी –

"सतराव्या शतकात शिवकालामध्ये भागानगर प्रांतातून काही ब्राह्मण कुटुंबे महाराष्ट्रात आपले नशीब काढण्यासाठी आली. त्यांपैकी दीक्षित, नवांगुळ, हशमनीस अशी बत्तीशिराळा येथे येऊन स्थायिक झाली. आजही ती तेथे नांदत आहेत. अप्पाशास्त्री दीक्षित हा शिराळ्याच्या दीक्षित घराण्याचा मूळ पुरुष. (शिराळ्याचे मूळ नाव बत्तीशिराळा असून इथून पुढे फक्त शिराळा असेच संबोधले आहे.)

अप्पाशास्त्री हा मोठा वेदशास्त्रसंपन्न पंडित होता. ज्योतिषविद्येचा तो चांगला जाणकार होता. तो मल्लविशारदही होता आणि त्या काळामध्ये कर्तबगार पुरुषाच्या ठिकाणी आवश्यक असणारी महत्त्वाची कला म्हणजे युद्धकला– तिच्यातही तो प्रवीण होता.

असे दिसते की शिवाजी महाराजांनी या अप्पाशास्त्रीस काही नेमणूक देऊन या शिराळ्यावर ज्योतिषी वतनावर त्याची स्थापना केली असावी. महाराष्ट्रात स्थायिक झाल्यावर या अप्पाशास्त्रीचा चाफळच्या समर्थ रामदासस्वामींशी संबंध आला व तो त्यांचा अनुयायी बनला. अप्पाशास्त्रीसारखा अनेक विद्या व कला यांचा जाणकार गृहस्थ समर्थांना या भागातील आपल्या कार्याच्या प्रसारासाठी उपयुक्त ठरल्यास नवल नव्हते. आपणास माहीत आहे की, समर्थांनी महाराष्ट्रात एकूण ११ प्रमुख मारुतींची स्थापना केली. त्यांपैकी एका मारुतीची स्थापना शिराळ्यात केली आहे. ही स्थापना करण्यात स्वाभाविकच समर्थांचा अनुयायी अप्पाशास्त्री याचा प्रमुख पुढाकार होता.

तुळजाभवानी हे समर्थांचे दुसरे उपास्य दैवत. या दैवताचे मंदिर अप्पाशास्त्रीने आपणहून शिराळ्यास बांधले. बलाची व शक्तीची उपासना करणाऱ्या रामदासांच्या भक्ताच्या लक्षणांस अनुसरून हे होते. आज समर्थांनी बांधलेले मारुती मंदिर व अप्पाशास्त्रीने बांधलेली तालीम म्हणजे व्यायामशाळाही आज दीक्षितांच्या वाड्याजवळच शिराळ्यात आहे. अप्पाशास्त्रीच्या बलोपासनेच्या या खुणा अप्पाशास्त्री या व्यक्तीचे ऐतिहासिक अस्तित्व सिद्ध करतात. अप्पाशास्त्री हा वेदशास्त्रसंपन्न पंडित असल्याने त्याने शिराळ्यात वेदशाळाही स्थापन केली होती. तथापि कालौघात तिची वास्तू नष्ट झालेली आहे. सारांश, अप्पाशास्त्री म्हणजे शिवकालातील कोणी सामान्य

भटभिक्षुक नव्हता. तो स्वराज्य संस्थापनेच्या कामात शिवछत्रपतींना साथ देणारा समर्थ संप्रदायाचा अनुयायी असणारा एक लढाऊ वृत्तीचा प्रतिष्ठित ब्राह्मण पंडित होता.

आज आपणास माहीत असणारी अप्पाशास्त्रीची खरी कामगिरी संभाजी महाराजांच्या कारकिर्दीतील आहे. संभाजी काळात शिराळ्याच्या परिसरात तुळाजी निकम देसाई व तुळाजी कडू देसाई या दोघांत देशमुखीच्या वतनासंबंधी जेव्हा वाद लागला होता, तेव्हा त्याचा न्यायनिवाडा करण्यासाठी खुद्द संभाजी महाराज शिराळ्यास आले होते. महाराजांसमोर तुळाजी निकम देसाई खरा ठरला. कडू देसाई खोटा ठरला. या प्रसंगी शास्त्राधार सांगण्यास अप्पाशास्त्री दीक्षित तिथे हजर होता.

औरंगजेबाच्या आक्रमणाच्या काळात मोगली फौजांनी मिरज घेतल्यानंतर तेथील ठाणेदाराने शिराळ्याच्या कोणी एक शिंदे नावाच्या ठाणेदाराशी संधान बांधून त्यास फितविले. शिंदे शिराळ्याचे ठाणे शत्रूच्या ताब्यात देणार अशी बातमी अप्पाशास्त्रीस समजताच त्याने ठाणेदारास भेटीचे निमंत्रण देऊन दग्याने ठार केले आणि रायगडाकडे संभाजी महाराजांकडे आपली माणसे पाठवून नवा मराठा ठाणेदार शिराळ्यास आणला.

अशा प्रकारे शिवछत्रपतींप्रमाणेच अप्पाशास्त्री दीक्षिताचे संभाजी महाराजांशीही एकनिष्ठेचे संबंध होते. या सर्व पार्श्वभूमीवर संभाजी महाराजांना कैद करून शेख निजाम आपल्या सैन्यासह जात असत, त्याने एक रात्र शिराळ्याच्या कोटाजवळ मुक्काम केला. ही वार्ता शिराळ्यातील अप्पाशास्त्रीस समजताच त्याने आपल्या तालीमखान्यातील तगडे जवान, गावातील लढाऊ लोक आणि ठाण्यामध्ये असणारी मराठा शिबंदी यांना एकत्र जमवून शेख निजामाच्या छावणीवर राजास सोडविण्याच्या इराद्याने हल्ला केला. पण मोगलांचे सैन्यबल अधिक ठरल्याने अप्पाशास्त्री शौर्याने लढूनही आपल्या सहकाऱ्यांसह पकडला गेला. खानाने त्याचा व त्याच्या सहकाऱ्यांचा शिरच्छेद केला. अप्पाशास्त्रीने शेख निजामावर हा हल्ला महाशिवरात्रीच्या पूर्वी ४/५ दिवस केला.

पुढे राजाराम महाराजांच्या कारकिर्दीत अप्पाशास्त्री दीक्षिताने स्वामिकार्यावर आपला प्राण अर्पण केल्याच्या कामगिरीबद्दल त्याच्या वारसदारांना मौजे कणदूर या ठिकाणी इनामी जमीन मिळाली. हे इनाम परवापर्यंत म्हणजे कूळकायद्याने इनामदारांच्या जमिनी कुळांच्या ताब्यात जाईपर्यंत दीक्षितांकडे चालू होते.' अशी आहे दीक्षित घराण्यात पिढ्या न् पिढ्या चालत आलेली घराण्याच्या मूळ पुरुषाची माहिती.

अशा प्रकारे संभाजी महाराजांना कैदेतून सोडविण्यासंबंधीच्या प्रयत्नांच्या दोन कथा आता उपलब्ध झाल्या आहेत. पहिल्या कथेचे स्वरूप लोककथेचे आहे; तर दुसऱ्या कथेचे स्वरूप एका वतनदार घराण्याच्या हकिगतीचे आहे. लोककथा

जनसामान्यांच्या मनात पिढ्या न् पिढ्या रुजली आहे; तर घराण्याची हकिगत एका पिढीकडून दुसऱ्या पिढीकडे घराण्याचा खास ऐतिहासिक कामगिरीचा ठेवा म्हणून जपली गेली आहे. आता इतिहासाचे एक साधन म्हणून या दोन्हीही कथांची चिकित्सा होणे आवश्यक आहे.

जोत्याजी केसरकराच्या लोककथेची चिकित्सा

शिराळ्याच्या परिसरात डॉ. आबासाहेब शिंद्यांना मिळालेल्या लोककथेचे स्वरूप एखाद्या दंतकथेप्रमाणे आहे. मोडेन पण वाकणार नाही अशा स्वाभिमानी संभाजी महाराजांच्या जनमानसातील प्रतिमेला केंद्रस्थानी धरून ही लोककथा तयार झाली आहे. जोत्याजी केसरकर मोगलांशी लढत लढत संभाजी महाराजांजवळ पोहोचला असता त्यांचे... "मी पळून जाणार नाही. मी शूर आहे. मी लढत राहीन. लढता लढता मरून जाईन," असे उद्‌गार इतिहासातील स्वाभिमानी व जिद्दी संभाजीराजाच्या प्रतिमेशी मिळतेजुळते असले तरी तो प्रसंगच असा होता की संभाजी महाराज असे उद्‌गार काढणे शक्य नाही. कारण जिवावर बेतण्यापूर्वी शत्रूच्या हातावर तुरी देऊन त्याच्या गोटातून पळून जाण्याचा प्रसंग संभाजी महाराजांस नवा नव्हता. यापूर्वी ते तीन वेळा शत्रूच्या तावडीतून सुटून स्वराज्यात सुखरूपपणे आले होते. ते प्रसंग असे – १) सन १६६६ मध्ये आग्रा भेटीच्या प्रसंगी; २) सन १६६८ मध्ये दक्षिणेचा सरसुभेदार शहाजादा मुअज्जम याच्या छावणीतून निसटल्याच्या प्रसंगी आणि ३) इ. स. १६७९ मध्ये दिलेरखानाच्या छावणीतून निसटून स्वराज्यात आल्याच्या प्रसंगी. पण याचा अर्थ जोत्याजी केसरकरांची कथा सर्वस्वी टाकाऊ आहे असे नाही. कारण लोककथांमध्ये कधी कधी सत्येतिहासाचे कण सापडू शकतात. या कथेत जोत्याजी केसरकरच कसा आला? दुसरा कोणी रायगडावरील अधिकारी अथवा प्रधान कसा आला नाही, या प्रश्नाचे उत्तर या संदर्भात महत्त्वाचे ठरेल. जोत्याजी हा पन्हाळा-शिराळा परिसरातील पुनाळ या गावचा पाटील आहे. (पुनाळ-पन्हाळ्याच्या दक्षिणेस आठ मैलांवर). काही कामकाजानिमित्ताने तो रायगडाहून इकडे आला असावा; आणि अकस्मात त्याच्या कानावर संभाजी महाराजाच्या कैदेची वार्ता पडली असावी.

जोत्याजी केसरकराचा छत्रपती घराण्याचा एकनिष्ठ सेवक म्हणून मल्हार रामराव बखरकाराने गौरव केला आहे. शिवाजी महाराजांच्या तालमीत वाढलेला जोत्याजी हा संभाजी महाराजांच्या खास मर्जीतला होता. मल्हार रामराव संभाजी महाराजाच्या मर्जीतील माणसांची नावे देताना हरजी महाडीक, गणोजी शिर्के, महादजी निंबाळकर यांच्या बरोबरीने जोत्याजीचा निर्देश करतो.[३] पुढे संभाजी वधानंतर येसूबाईच्या सल्ल्यावरून राजाराम महाराजांनी रायगड सोडण्याचा निश्चय केला

तेव्हा मागे रायगडाच्या कारभारावर उद्धव योगदेव राजाज्ञा व जोत्याजी केसरकर यांना ठेवल्याचा उल्लेख आहे.[४] यानंतर लवकरच रायगड पडला आणि जुल्फिकारखानाने येसूबाईसह शाहूराजे व राजपरिवार यांना कैद करून औरंगजेबाच्या छावणीत नेले. त्यांच्याबरोबर हा जोत्याजी आहे. मल्हार रामराव सांगतो, "ते समयी जोत्याजी केसरकर करवीर प्रांती पुनाळ गावचे पाटील हे संभाजी महाराज याजपाशी सेवा करून इतबारी व कर्ते शहाणे होते! शाहू महाराज बालवय असता त्यास खेळवणे, शिक्षा लावणे याजकरीता ठेवले होते."[५] येसूबाई व शाहू यांच्याबरोबर जोत्याजीने, बादशाही छावणीत सर्व सुखदुःखे भोगली. मराठ्यांचे हल्ले व बेसुमार पर्जन्यकाल यामुळे बादशाही छावणीत अन्नधान्य व सरपण यांची टंचाई निर्माण झाली तेव्हा भल्याभल्यांना उपास पडू लागले. त्यातून येसुबाई-शाहू यांचीही सुटका झाली नाही. या प्रसंगी जोत्याजीने 'तेलात काकडे भिजवून त्याजवर भात करवून महाराजांस घातल्याचा' अत्यंत भावपूर्ण उल्लेख बखरीत आढळतो.[६] सारांश, अशा प्रकारे सेवाभावी वृत्तीच्या जोत्याजीची लोककथा एकदम त्याज्य ठरविता येणार नाही.

दीक्षित घराण्याच्या हकिगतीची चिकित्सा

ऐतिहासिकतेच्या दृष्टीने पाहू जाता, प्रत्यक्ष अप्पाशास्त्रीचा उल्लेख असणारा पुरावा कागदोपत्री सापडत नाही; पण तसा उल्लेख सापडत नाही म्हणून ती व्यक्तीच झाली नाही असे मानणे तर्कदुष्टपणाचे होईल. आपणास कल्पना आहेच की शिवकालीन घराण्याचे बहुतेक कागद औरंगजेबाच्या स्वारीत नष्ट झाले आहेत. काही कालौघात नष्ट झालेत. राजाराम महाराजांनी दीक्षित घराण्यास दिलेल्या इनामाच्या सनदा आज नाहीत; पण ते इनाम परवापर्यंत होते. याचा अर्थ दीक्षित घराण्याची कागदपत्रे कालप्रवाहात नष्ट झाली आहेत, हे स्पष्ट आहे. तथापि या घराण्याच्या हकिगतीमधील काही बाबींचे संदर्भ तत्कालीन अन्य कागदपत्रांत सापडतात का, हे पाहणे गरजेचे ठरेल.

हकिगतीमधील सर्वांत पहिली महत्त्वाची गोष्ट म्हणजे अप्पाशास्त्री दीक्षित यांच्याशी संबंधित असणाऱ्या दोन-तीन शिवकालीन वास्तू आज शिराळ्यात उभ्या आहेत. त्यांचे अस्तित्व पुरावा म्हणून आपण डावलू शकत नाही. पिढ्या न् पिढ्या मारुती मंदिर, तुळजा भवानी मंदिर व तालीमखाना या वास्तू अप्पाशास्त्रीने बांधल्या असे दीक्षित घराणे व शिराळ्यातील लोक मानीत आले आहेत, हे ध्यानात घेतले पाहिजे.

हकिगतीमध्ये रामदास संप्रदायाशी अप्पाशास्त्रीच्या आलेल्या उल्लेखाशी 'श्रीसंप्रदाया'च्या कागदपत्रांतील एक संदर्भ उपलब्ध होतो. तो असा आहे की, सन १६८० सालच्या रामनवमीच्या उत्सवास समर्थ रामदासस्वामी चाफळास उपस्थित

नव्हते. तेव्हा त्यांच्या गैरहजेरीत "समुदायी लोकात कलह होऊन शिराळेकर रुसून गेले." तेव्हा समर्थशिष्य दिवाकर गोसावी शिराळेकरांकडे गेले व त्यांची समजूत घातली. इथे 'शिराळेकर' म्हणजे अप्पाशास्त्री असावा, असे वाटते.[७]

हकिगतीमध्ये शिराळ्याच्या देशमुखीचा तुळाजी निकम देसाई व तुळाजी कडू देसाई यांच्यामधील वादाचा उल्लेख खुद्द संभाजी महाराजांच्या या देशमुखीसंबंधीच्या एका आज्ञापत्रातच आहे. दि. १२ जून १६८१ च्या आज्ञापत्रात महाराज मलकापूरच्या देशाधिकाऱ्यास कळवितात – "तुळाजी कडू यास कंथला करावया काय गरज. या उपरी रोखा देखतच बिळासी तर्फेचे बारा गावींची देशमुखी तुळाजी निकम देशमुख यांचे भोगवटा महत कदम चालत आला असेल तेणेप्रमाणे बाराही गावीचे देशमुखीचा कारभार याचे होते घेत जाणे..."[८]

माझ्या दृष्टीने या हकिगतीमधील तिची ऐतिहासिकता वाढविणारा मुद्दा म्हणजे अप्पाशास्त्रीने संभाजी महाराजांना सोडविण्यासाठी जो हल्ला केला, त्या हल्ल्याची अदमासे दिलेली मिती म्हणजे तारीख. हकिगत सांगते की महाशिवरात्रीच्या पूर्वी ४/५ दिवस ही घटना घडली. महाशिवरात्री दर वर्षीच्या माघ महिन्यात येते. खरे जंत्रीवरून महाशिवरात्रीची इंग्रजी तारीख ८ फेबुवारी १६८९ अशी येते. तत्पूर्वी ४-५ दिवस म्हणजे ३-४ फेब्रुवारी १६८९ ही तारीख व संगमेश्वरच्या निजामाच्या छाप्याची तारीख एकमेकाशी जुळते. या हकिगतीमधील हा सर्वांत महत्त्वाचा अंतर्गत पुरावा आहे.

इतिहासातील अज्ञात भागावरील एक किरण

अशा प्रकारे आज आपल्यासमोर संभाजी चरित्राशी संबंधित असणाऱ्या दोन कथा येत आहेत. यामधील काही बाबींचे संदर्भ इतर तत्कालीन कागदपत्रांतील संदर्भाशी थोडेफार जुळतातही. पण दोन्ही कथा भिन्नभिन्न व्यक्तीचा पराक्रम वर्णन करतात. मला वाटते की कथा भिन्नभिन्न असल्या तरी त्या एकाच घटनेशी संबंधित असाव्यात. जोत्याजी केसरकर व अप्पाशास्त्री दीक्षित यांनी पृथक पृथक हल्ले करण्याची आवश्यकता नव्हती. उलट छत्रपती घराण्याशी एकनिष्ठ असणाऱ्या या दोन व्यक्ती आपल्या राजावरील संकटाच्या वार्तेने एकत्र आल्या व त्यांनी संगनमताने या हल्ल्याचे नियोजन केले, असाच तर्क लढविणे अधिक सयुक्तिक ठरेल. या हल्ल्यात अप्पाशास्त्री मारला गेला व जोत्याजी केसरकर हतबल होऊन कसाबसा निसटला. शेख निजामाचा छापा इतक्या गुप्तपणे व विलक्षण चपळाईने झाला होता की मराठी फौजा एकत्र येऊन शेख निजामाला अडविण्यास मराठ्यांना अवकाशच उरला नाही. अशा अवस्थेत हाती असलेल्या सैन्यानिशी शिवशाहीतील या योद्ध्यांनी असामान्य धाडसाने शत्रूशी मुकाबला केला. दुर्दैवाने शत्रूचे बलाधिक्य झाल्याने, तो

अपेशी ठरला.

हे खरे की अशा प्रकारच्या प्रयत्नास कागदोपत्री ठोस पुरावा उपलब्ध झालेला नाही. पण भावी काळात तो उपलब्ध होणारच नाही असे नाही. तोपर्यंत शिराळ्याच्या परिसरातील एक लोककथा व एका घराण्याची हकिगत यांच्यामुळे मराठ्यांच्या इतिहासाच्या एका अज्ञात दालनावर एक प्रकाशाचा लहानसा किरण टाकला जातो आहे, ही इतिहासाभ्यासकांच्या दृष्टीने महत्त्वाची बाब ठरावी.

शेख निजामाच्या तावडीतून संभाजी महाराजांना सोडविण्याचा प्रयत्न झालाच नाही, असे आतापर्यंत सर्व इतिहासकार मानत आले आहेत. काहींना त्यामध्ये गूढ वाटते, तर काहींना त्यामध्ये संभाजीराजांची लोकमानसातील विकृत प्रतिमा दिसते. आजवर तसा प्रयत्न झाल्याचा काहीच पुरावा पुढे न आल्याने, संभाजी महाराजांची कारकीर्द इतकी अन्यायी व अत्याचारी होती की प्रजाजनांपैकी कोणीही त्यांना शत्रूच्या कैदेतून सोडविण्यास पुढे आले नाही, असा सहजसाध्य निष्कर्ष काढणे काही इतिहासकारांना, विशेषतः ज्यांची संभाजी महाराजांविषयीची दृष्टी पूर्वग्रहदूषित आहे अशा इतिहासकारांना सुलभ झाले आहे. तेव्हा अशा प्रकारच्या घाईघाईने निष्कर्ष काढणाऱ्या काही इतिहासलेखकांना आपल्या निष्कर्षाप्रत जाण्यापूर्वी थोडा पायबंद बसावा, हाच या लेखनप्रपंचाचा उद्देश आहे.

संदर्भ

१. सातारचे प्रतिसरकार : प्रसंग आणि व्यक्ती, पृ. ४८-४९

२. दै. पुढारी : कोल्हापूर, दि. ६/११/१९९१

३. चिटणीसविरचित छत्रपती संभाजी महाराज यांची बखर, पृ. ९

४. चिटणीसविरचित छत्रपती राजाराम महाराज यांची बखर, पृ. ३

५. चिटणीसविरचित छत्रपती संभाजी महाराज यांची बखर, पृ. ३२

६. चिटणीसविरचित छत्रपती राजाराम महाराज यांची बखर, पृ. ४०

७. शिवपुत्र संभाजी, पृ. ४४१

८. शिवचरित्रसाहित्य, खं ६, ले. १११

विशेष टीप –

शिराळ्याच्या या अप्पाशास्त्री दीक्षितांच्या वंशजांनी पुढे महाराष्ट्राच्या राजकीय घडामोडींत विशेष भाग घेतल्याचे दिसून येते. स. १८५७ च्या उठावाच्या प्रसंगी कोल्हापुरात चिमासाहेब महाराज यांच्या नेतृत्वाखाली जो उठाव झाला, त्यामध्ये या दीक्षित घराण्यातील आठव्या पिढीतील केशव गंगाधर दीक्षित याने योगदान दिलेले आहे. त्यानंतर स. १९४२च्या स्वातंत्र्यलढ्यात सातारा जिल्ह्यात जी प्रतिसरकारची

चळवळ झाली त्यामध्ये याच घराण्यातील दहाव्या पिढीतील केशव जगन्नाथ दीक्षित यांनी सक्रिय भाग घेऊन देशाच्या स्वातंत्र्यासाठी देहदंड सोसला. असे हे शिराळ्याचे दीक्षित घराणे स्वातंत्र्यप्रेमी असले तरी त्याची कामगिरी मात्र दुर्लक्षित राहिलेली आहे.

◆

इतिहासाच्या अज्ञातवासातील मराठ्यांची एक राणी

सन १६७४ मध्ये शिवछत्रपतींनी स्वतःस राज्याभिषेक करून घेऊन महाराष्ट्रात विधिवत राजसत्तेची स्थापना केली. म्हणजे मराठी राजा, त्याची राजधानी, त्याचा राज्ञीपरिवार खऱ्या अर्थाने सन १६७४ मध्ये तयार झाला. या दृष्टीने पाहिल्यास राज्याभिषेकप्रसंगी पट्टाभिषेक झालेली शिवछत्रपतींची पत्नी सोयराबाई ही मराठ्यांची पहिली राणी होय.

छत्रपती घराण्यातील राण्या

यानंतरच्या काळात महाराष्ट्रातील भोसले राजघराण्यातील छत्रपतींच्या स्त्रियांना 'राण्या' असे संबोधिले जाऊ लागले. मराठ्यांच्या इतिहासात छत्रपती घराण्यात अशा किती राण्या होऊन गेल्या, त्यांपैकी किती कर्तबगार निघाल्या, किती सुदैवी व किती दुर्दैवी निघाल्या, हा एक स्वतंत्र अभ्यासाचा विषय होऊ शकेल. सोयराबाईसारख्या महत्त्वाकांक्षी राणीचे जीवन दुःखान्त झाले, तर येसुबाईसारख्या शहाण्या राणीस तब्बल तीस वर्षे शत्रूच्या कैदेत राहूनही आपल्या आयुष्याचे शेवटचे पर्व सुखान्त झाल्याचे पाहण्याचे भाग्य मिळाले; तर ताराबाईसारख्या अत्यंत कर्तबगार राणीला हिंदवी स्वराज्याची सर्व सत्ता उपभोगण्याचे भाग्य मिळूनही आयुष्याच्या अंती सत्तास्पर्धेत पराभूत व्हावे लागले!

ही झाली मराठ्यांच्या इतिहासातील काही प्रसिद्ध राण्यांची कथा. पण अशाही काही राण्या आहेत की ज्यांना इतिहासाने अज्ञातवासात धाडले आहे. त्यांच्याविषयी इतिहासकारांना एक-दोन ओळींपेक्षा अधिक काही माहिती मिळत नाही. अशाच एका अज्ञातवासातील दुर्दैवी राणीची ही कथा आहे.

तिचे नाव आहे राणी जानकीबाई. मराठ्यांचे तिसरे छत्रपती राजाराम महाराज यांची ही प्रथम पत्नी, म्हणजे पहिली राणी! शिवछत्रपतींच्या अनेक घडामोडींनी खच्चून भरलेल्या आयुष्यात त्यांच्या हातून पार पडलेले शेवटचे कार्य म्हणजे

आपल्या धाकट्या पुत्राचा या जानकीबाईशी त्यांनी रायगडावर घडवून आणलेला विवाह समारंभ! हा समारंभ झाला आणि महाराज अचानक आजारी पडले; इतके की यानंतर अवघ्या तीन आठवड्यांच्या आत ते निजधामास गेले.

सभासदाची साक्ष

मराठ्यांच्या इतिहासात राणी जानकीबाईचे फक्त दोन उल्लेख आहेत. पहिला आहे तिच्या लग्नाचा व दुसरा आहे तिच्या मृत्यूचा! तिच्या उपरोक्त लग्नाची माहिती कृष्णाजी अनंत सभासदाव्यतिरिक्त अन्य कोणी देत नाही. सभासद सांगतो की संभाजीराजे मोगलांच्या गोटातून आल्यावर शिवाजी महाराजांनी त्यांची भेट पन्हाळ्यावर घेतली व ते तातडीने राजाराम महाराजांच्या लग्न समारंभासाठी रायगडाकडे गेले. – "धाकटा पुत्र राजाराम यास वधू पाहता प्रतापराव पूर्वी सेनापती होते त्यांची कन्या नेवरी नेमस्त केली आणि लग्न सिद्धी ते पावले. वधूचे (नाव) सौभाग्यवती जानकीबाई असे ठेविले. मोठा महोच्छाह केला. दानधर्म अपार केले..."[१]

सेनापती प्रतापराव गुजर म्हणजे शिवछत्रपतींचा निधड्या छातीचा शूर सेनानी! महाराजांचा बोल मनाशी लावून बहलोलखानावर बेभान होऊन तुटून पडला आणि हिंदवी स्वराज्यासाठी त्याने धारातीर्थी आत्मसमर्पण केले. अशा असामान्य सेनापतीच्या इमानाचे व प्राणाचे मोल समजणारे शिवछत्रपती होते. प्रतापरावाच्या हिंदवी स्वराज्यावरील ऋणातून मुक्त होण्यासाठी त्याची कन्या आपल्या धाकट्या पुत्रास करून, तिला स्नुषा म्हणून रायगडावरील राजप्रासादात त्यांनी सन्मानाने आणले! दशरथाचा पुत्र राजा राम याची जशी जानकी, तशी याही राजारामाची ही जानकी असे समजून महाराजांनी या आवडत्या स्नुषेचे नाव 'सौभाग्यवती जानकीबाई' असे ठेविले. बिचाऱ्या महाराजांना काय माहीत की नियतीने त्यांच्या जानकीच्या भाळी काय लिहून ठेवले आहे! पौराणिक कालात जानकीस १४ वर्षांचा वनवास भोगावा लागला, पण या जानकीस त्याच्या दुप्पट म्हणजे २८ वर्षांहून अधिक काल वनवासाच्या अग्निदिव्यातून जावे लागले!

मल्हार रामरावाने जानकीबाईस कालाधीन केले !

अशा या जानकीबाईसंबंधी दुसरा उल्लेख इतिहासात मिळतो तो मल्हार रामराव चिटणीसाच्या बखरीत आणि तोही तिच्या मृत्यूसंबंधी येतो. मल्हार रामराव सांगतो, "पूर्वी प्रतापराव गुजराची सोयरीक झाली. ती वारलियावरी संभाजी महाराज यांचे कारकिर्दीत दोन लग्ने झाली. एक मोहिते यांच्या कन्या ताराबाईसाहेब व एक कागलकर घाटगे यांची कन्या राजसबाईसाहेब ऐशी केली होती."[२]

मल्हार रामरावाच्या या नोंदीवर भिस्त ठेवून रियासतकार सरदेसाई, वा. सी.

बेंद्रे, डॉ. ब्रिज किशोर इत्यादी बहुतेक सर्व इतिहासकारांनी संभाजी महाराजांच्या कारकिर्दीच्या सुरुवातीच्या कालखंडात जानकीबाईचा मृत्यू घडून आला व त्यानंतर संभाजी महाराजांनी राजाराम महाराजांचे ताराबाई व राजसबाई यांच्याशी विवाह घडवून आणले, असे विधान केलेले आहे. उपलब्ध पुरावा तेवढाच असल्याने या विधानाशिवाय दुसरे काही विधान ते करूच शकत नव्हते.

यादव दप्तरातील कागदपत्रांचा प्रकाश

तथापि डॉ. अप्पासाहेब पवार यांनी संपादित केलेल्या ताराबाईकालीन कागदपत्रांच्या पहिल्या खंडात कोल्हापूरच्या सरदार यादव घराण्याची जी महत्त्वाची अस्सल कागदपत्रे प्रसिद्ध झाली आहेत, ती या जानकीबाईच्या जीवनावर एक नवा प्रकाश टाकतात. या कागदपत्रांमुळे मराठ्यांच्या इतिहासातील एक अज्ञात घटना उघडकीस येते आहे, ती म्हणजे राजाराम महाराजांची ही राणी जानकीबाई संभाजी महाराजांच्या कारकिर्दीत निधन न पावता, ती सन १६८९ मध्ये रायगडास जुल्फिकारखानाचा वेढा बसल्यानंतरच्या कालापावेतो जिवंत होती! अस्सल कागदपत्रातच हा उल्लेख आल्याने व तो उल्लेख सहजसुलभ पद्धतीने आल्याने जानकीबाईच्या या वाढलेल्या आयुष्याविषयी काही शंका राहत नाही.

राजाराम महाराजांच्या खास मर्जीतला त्यांचा सेवक गिरजोजी यादव व त्याचा बंधू अर्जोजी यादव यांच्यामध्ये झालेल्या कऱ्हाडच्या देशमुखीच्या विभाजनपत्रात जानकीबाईसंबंधी हा महत्त्वाचा मजकूर येतो. सन १६८९ मध्ये रायगडास जुल्फिकारखानाचा वेढा बसल्यानंतर राजाराम महाराज गडाहून निसटून प्रतापगडावर आले. व तेथून त्यांनी राणी जानकीबाई व शाहूराजे यांना आणण्यासाठी आपला सेवक गिरजोजीस पाठविल्याचा हा मजकूर आहे. तो मुळातूनच आपण पाहू –

"त्या उपरी आही राजश्री राजारामसाहेब छत्रपति राज्य करू लागले त्यापासी गेलो. ते समई जुलपुकारखान गनीम रायेगडास वेढा घालावयास आला. याकरिता राजेश्री स्वामी प्रतापगडास गेले. अर्जोजी यादव यास रायेगडी ठेविले. प्रतापगडीहून राजेश्री स्वामी राजाराम महाराज गनिमाचे दाटीकरिता परळीस गेले. तेथून पन्हाळ्यास गेले. आम्हास प्रतापगडीहून मातुश्री जानकीबाई व राजेश्री शाहू राजे यांस आणावया कारणे रायेगडास रवाना केले होते. आम्ही वेढियांतून गडावरी जाऊन चांगोजी काटकर (रायगडाचा किल्लेदार) आदिकरून सकलास राजेश्री स्वामींची आज्ञा सांगितली. ते ना यैकत. तेव्हा राजेश्री स्वामीच्या खर्चाकारणे सोने वस्तभाव मागोन घेतली आणि तैसेच वेढियातून निघोन कांगोरीस आलो. तेथे मुलुकातील लोक बदलोन येऊन गडाखाली बैसले. तेथून आपण युक्तीने निघोन रोहिडा, पांडवगड, वैराटगड, सातारा-परळी या किल्ल्यांवरून गनिमाच्या सिलसिल्यावरून रातवे खपून

परम संकटे तितेके सोने वस्तभाव सांभाळून पनालेस राजेश्री स्वामी जवळी गेलो...''[३]

काही शंकास्थळे

उपरोक्त उताऱ्यात जानकीबाईचा उल्लेख 'मातुश्री जानकीबाई' असा आदरार्थी येतो, तसेच तिचे नाव शाहूराजाच्या पूर्वी येते. यावरून हे स्पष्ट होते की ही जानकीबाई म्हणजे राजाराम महाराजांची पहिली राणी जानकीबाईच होय. या वेळी भोसले राजघराण्यात या नावाची अन्य कोणी स्त्री नव्हती हेही ध्यानात घ्यावयास हवे. तेव्हा रायगडाच्या वेढ्यात गडावरील जानकीबाईच्या अस्तित्वाविषयी काही शंका राहत नाही; पण या ठिकाणी दुसऱ्याच अन्य शंका उद्‌भवतात. त्या अशा की –

राजाराम महाराजांनी रायगडाचा वेढा कडक होण्यापूर्वी निघावे आणि मागे शाहूराजे यांना येसूबाईसमवेत राहावे अशी रायगडावर मसलत ठरली होती, तर मग प्रतापगडावर आल्यावर रायगडाहून शाहूराजांस घेऊन यावे असे राजाराम महाराज गिरजोजी यादवास का सांगतात? असे दिसते की रायगडाहून प्रतापगडावर आल्यावर राजाराम महाराजांच्या मनाची चलबिचल झाली असावी आणि आपल्या सोबत शाहूराजानेही रायगड सोडावा, असे त्यांच्या मनाने घेतले असावे. अर्थात हा एक तर्क झाला. दुसरी शंका अशी की एव्हाना राजाराम महाराजांची तीन लग्ने झाली होती. जानकीबाई, ताराबाई व राजसबाई या त्यांच्या तीन राण्या. रायगड सोडताना राजाराम महाराजांनी ताराबाई व राजसबाईस बरोबर घेतले असेल तर मग एकट्या जानकीबाईसच मागे का ठेवले; जानकीबाईस बरोबर का घेतले नाही, या प्रश्नाचे उत्तर इतिहास समाधानकारकरीत्या देऊ शकत नाही. तथापि या शंका आपल्या मनामध्ये उपस्थित झाल्या तरी खुद्द जानकीबाईच्या रायगडावरील या वेळच्या 'अस्तित्वा'विषयी आपल्या मनात काही शंका राहत नाही.

जानकीबाई मोगलांच्या कैदेत !

आपणास माहीत आहेच की त्या काळी महाराष्ट्रात मोगली आक्रमणाने मराठी राज्याची परिस्थिती इतकी गंभीर बनविली होती, की राजाराम महाराजांना आपल्या सुरक्षिततेसाठी कर्नाटकात जिंजी किल्ल्याचा आश्रय घ्यावा लागला आणि मागे जुल्फिकारखानाने रायगड किल्ला जेर करून त्यावरील येसूबाई, शाहूराजे व राजपरिवारातील इतर मंडळी यांना कैद करून बादशाही छावणीत नेले. या राजबंद्यांत येसूबाई/ शाहूराजे यांच्याशिवाय सकवारबाई (शिवछत्रपतींची एकमेव हयात राणी), संभाजी महाराजांचे दासीपुत्र मानसिंग व मदनसिंग यांची नावे ऐतिहासिक साधनांत येतात. पण राणी जानकीबाईचे नाव येत नाही. त्यामुळे रायगडाचा वेढा चालू असतानाच तिचा मृत्यू घडून आला असावा, असा तर्क संभवत होता. तथापि जानकीबाईच्या

संदर्भात अधिक शोध घेता प्रस्तुत लेखकास सुमारे १०० वर्षांपूर्वी मराठी संशोधकांनी प्रसिद्ध केलेला एक यादीवजा कागद मिळाला की जो जानकीबाई पुढे कित्येक वर्षे जिवंत होती, एवढेच नव्हे तर मोगलांच्या कैदेत येसूबाईबरोबर यातना सोसत होती, असे निर्विवादपणे सिद्ध करतो.

उपरोक्त यादीवजा कागदात काय आहे हे पाहण्यापूर्वी त्याची पार्श्वभूमी ध्यानात घेतली पाहिजे. हा कागद प्रथम 'भारतवर्ष' आणि नंतर 'इतिहास संग्रह' अशा मासिकांत प्रसिद्ध झाला असून, इतिहासाचार्य राजवाड्यांनी तो आपल्या पहिल्या खंडात प्रस्तावनेत उद्धृत केला आहे.[४] सन १७१८ मध्ये पेशवा बाळाजी विश्वनाथ हा जेव्हा दक्षिणेचा मोगल सरसुभेदार सय्यद हुसेन याच्याशी करार करून मराठी फौज घेऊन त्याच्याबरोबर उत्तरेत निघाला, तेव्हा शाहू महाराजांनी आपल्या पेशव्याच्या हाती दिल्लीच्या मोहिमेत कोणकोणत्या गोष्टी साध्य व्हायला पाहिजेत, याची यादीच दिली होती. ती यादी अशी आहे –

"श्री

यादी मतलब करून घेणे -

स्वराज्य थोरले कैलासवासी स्वामींचेप्रमाणे रायगड वरकड गडकोटदेखील करून घेणे.

ठाणी मागोन घेणे -	चंदी प्रांतीचे राज्य गडकोटदेखील करून घेणे
१. खटाव	मातोश्री (येसूबाई) व मदनसिंगदेखील.
२. आकलुज	कबिले व दुर्गाबाई, जानकीबाई व सेवक
३. कासेगाव	लोक मागून घेणे... (इत्यादी)
१. सांगोले	
१. मंगळवेढे" ... (इत्यादी)	

सन १६८९ मध्ये रायगडाच्या पाडावानंतर ज्या राजबंद्यांना बादशहाच्या छावणीत पोहोचविले गेले, त्यांपैकी येसूबाई-शाहूराजे यांसारख्या काही व्यक्तींची नावे मोगली इतिहासकारांनी दिली आहेत. हे इतिहासकार जानकीबाईचे नाव राजबंद्यांत घेत नसले तरी उपरोक्त यादीवरून स्पष्ट होते की येसूबाई-शाहूराजांबरोबर मोगलांनी जानकीबाईसही पकडून नेले होते व त्यांच्याबरोबर सन १६८९ सालापासून पुढे सन १७१८/१९ सालापर्यंत, म्हणजे बाळाजी विश्वनाथने सर्व राजबंद्यांची सुटका करेपर्यंत, जानकीबाई मोगलांच्या कैदेतच राहिली होती. (उपरोक्त यादीत जानकीबाईबरोबर आणखी एका स्त्रीचे नाव येते, ती म्हणजे दुर्गाबाई. ही संभाजी महाराजांची राणी. संभाजी महाराजांच्या कारकिर्दीतच ही मोगलांच्या कैदेत पडली होती. यादव दप्तरात हिच्याविषयीही उल्लेख येतात.[५] हिचीही सुटका या वेळी झाली.)

मराठ्यांची ही दुर्दैवी राणी

मराठी कागदपत्रांत येसूबाईंच्या सुटकेचे व तिच्या स्वराज्यातील आगमनाचे उल्लेख आढळतात, तसे जानकीबाईच्या सुटकेचे आढळत नसले तरी त्याचा अर्थ जानकीबाईची सुटका झाली नाही असा होत नाही. येसूबाई आदी राजबंद्यांसमवेत जानकीबाईही महाराष्ट्रात आली असणारच. पण पुढे तिचे काय झाले, तिचा मृत्यू केव्हा घडून आला याविषयी इतिहास मौन बाळगून आहे.

जानकीबाई ही खरोखरच एक मोठी दुर्दैवी स्त्री ठरली! हिंदवी स्वराज्याचा पराक्रमी सेनापती प्रतापराव गुजर याची ही कन्या. शिवछत्रपतींची स्नुषा म्हणून रायगडावरील राजप्रासादात जेव्हा आली असेल तेव्हा तिने आपल्या भावी जीवनाची किती रम्य स्वप्ने रंगविली असतील ! रायगडाच्या पाडावाने ही स्वप्ने तर ढासळलीच, शिवाय नशिबी तीस वर्षांची प्रदीर्घ कैद आली! अशी कैद शिवछत्रपतींची दुसरी स्नुषा येसूबाई हिच्याही नशिबी आली हे खरे, पण आपला पुत्र मराठ्यांचा राजा बनल्याचे पाहण्याचे भाग्य तिला मिळाले. मोगली कैदेत अनंत यातना भोगल्या तरी आयुष्याच्या अखेरीस आपला भाग्योदय येसूबाईस पाहता आला. पण या राणी जानकीबाईचे काय? मोगली आक्रमणाच्या रूपाने हिंदवी स्वराज्यावर कोसळलेल्या भयानक संकटाची एक मूक साक्षीदार म्हणूनच ती राहिली. जेवढी दुर्दैवी तेवढीच उपेक्षित... इतकी की बिचारी केव्हा कालाधीन झाली हेसुद्धा इतिहासाला ज्ञात नाही!

संदर्भ -

१. सभासदविरचित छत्रपती श्रीशिवाजीराजे यांची बखर, पृ. १०६
२. चिटणीसविरचित छत्रपती राजाराम महाराज यांची बखर, पृ. ४
३. ताराबाईकालीन कागदपत्रे, खं. ३, पृ. ४७२
४. ऐतिहासिक प्रस्तावना, पृ. ३५-३६
५. ताराबाईकालीन कागदपत्रे, खं. १, पृ. १९५, ४८४, ५४८

◆

गिरजोजी यादव– मराठेशाहीतील एक कर्तबगार, पण मतलबी मराठा!

यादव दप्तराची प्रसिद्धी

प्रस्तुत लेखसंग्रहात 'गिरजोजी यादव' याचा संदर्भ अनेक ठिकाणी आलेला आहे. मराठ्यांच्या स्वातंत्र्ययुद्धाच्या कालखंडातील (सन १६८१-१७०७) हा मोठा राजकारणी गृहस्थ आहे. रियासतकार सरदेसाई यांनीसुद्धा याचे इतिहासातील स्थान लक्षात घेऊन आपल्या 'स्थिरबुद्धि राजाराम' या खंडात त्याच्यावर एक परिच्छेद दिला आहे.[१] तथापि, राजाराम-ताराबाई कालखंडातील राजकारणात भाग घेतलेली ही एक महत्त्वाची व्यक्ती होती, एवढीच सर्वसाधारण माहिती आपणास त्याच्याविषयी उपलब्ध होती. इतिहासाचार्य राजवाड्यांनी आपल्या १५ व्या खंडात मसूरच्या जगदाळ्यांच्या देशमुखीची अनेक कागदपत्रे प्रकाशित केली आहेत.[२] त्यामध्ये येणाऱ्या उल्लेखांवरूनही हा वतनासाठी अनेक घालमेली करणारा वतनदार म्हणून त्याच्यासंबंधीचे चित्र उभे राहते. तथापि हे चित्रही अपुरे होते.

सन १९६९ मध्ये शिवाजी विद्यापीठाचे त्या वेळचे कुलगुरू व प्रसिद्ध इतिहास संशोधक डॉ. अप्पासाहेब पवार यांनी आपल्या हयातभर जमविलेल्या कागदपत्रांचा पहिला खंड 'ताराबाईकालीन कागदपत्रे' या नावाने प्रसिद्ध केला. यामध्ये प्रामुख्याने कोल्हापूरच्या 'सरदार यादव' घराण्याची अत्यंत महत्त्वाची ऐतिहासिक कागदपत्रे प्रथमच प्रकाशित झाली. या यादव दप्तराचे महत्त्व असे की, स्वातंत्र्ययुद्धाच्या कालखंडातील संभाजी-राजाराम-ताराबाई या मराठी राज्यकर्त्यांच्या कारकिर्दीतील अनेक अज्ञात गोष्टींवर ही कागदपत्रे प्रकाश टाकतात. त्या काळातील अनेक महत्त्वाच्या घटना या कागदपत्रांनी प्रथमच उजेडात आणल्या आहेत. यादव घराण्यापुरता विचार केला तर, गिरजोजी यादव व अर्जोजी यादव या दोन बंधूंची मराठेशाहीतील छत्रपती शिवाजी महाराजांपासूनची कामगिरीही प्रथमच इतक्या विस्ताराने व स्पष्टपणे

पुढे येते आहे.

शिवछत्रपतींच्या राज्याभिषेक प्रसंगी

सातारा-कऱ्हाड-वाई या प्रदेशांवर आदिलशाही राज्य असता, म्हणजे अफझलखानवधापूर्वी, गिरजोजीचा बाप मुधोजी यादव आपल्या कुटुंबासह कऱ्हाड परगण्यातील औंध कर्यातीमधील मौजे व्याहापूर या गावी राहत होता. त्यास रवळोजी, अर्जोजी, गिरजोजी, शंकराजी व जोत्याजी असे पाच पुत्र होते. शिवाजी महाराजांनी अफझलखानाचा वध केल्यावर वाई-कऱ्हाड-पन्हाळ्यापावेतो प्रदेश कब्जात आणला, त्या वेळी या यादवांचा महाराजांशी संबंध आला. जावळीच्या खोऱ्यात प्रतापगडाच्या बांधकामाच्या कामगिरीवर महाराजांनी मुधोजीचा पुत्र अर्जोजी यास घेतले. यादव अशा प्रकारे महाराजांच्या कार्याशी निगडित झाल्याचे पाहिल्यावर स्वाभाविक आदिलशाही अंमलदाराचा रोष त्यांच्यावर झाला.

या सुमारास खटावावर (सातारा प्रांत) नागोबा (?) नावाचा कोणी आदिलशाही अंमलदार होता. सातारा-कऱ्हाडच्या भागात जे कोणी शिवाजी राजांशी सहकार्य करतील त्यांचे कबिले पकडून तो कैदेत ठेवीत असे. त्याच्या तडाख्यातून वाचण्यासाठी ही यादव मंडळी आपल्या कुटुंबासह प्रतापगडाचे बांधकाम चालू होते तेथे महाराजांच्या आश्रयास आली. लवकरच गिरजोजीसह इतर चार यादव बंधू महाराजांच्या चाकरीत रुजू झाले.[३]

या पाच भावांमध्ये अर्जोजी व गिरजोजी हे मोठे हुशार व कर्तबगार निघाले. महाराजांच्या सेवेत असता अर्जोजीने अनेक किल्ल्यांची बांधकामे केली, तर गिरजोजी हा खास विश्वासाचा खासगीतील चाकर बनला. त्याच्यावर महाराजांची इतकी मर्जी बसली की त्यास राज्याभिषेकप्रसंगी मोरचेल धरण्याचा मान मिळाला! यादवांच्या एका कागदात म्हटले आहे - "महाराज तखती बसले त्या समयी दोघे दोहीकडे येके बगेस गिर्जोजी येका बगेस दमाजीबावा सरखवस यांनी येकाने मोरचेल व येकाने रुमाल फिरंग घेऊन सेवेसी उभे राहिले."[४]

राणी दुर्गाबाईच्या सुटकेची नाजूक कामगिरी

यादव दप्तराने अनेक घटना व व्यक्ती नव्याने प्रकाशात आणल्या आहेत, हे सांगून झालेच आहे. संभाजीकालीन अशाच एका अज्ञात व्यक्तीवर– राणी दुर्गाबाईवर – या दप्तरातील कागदपत्रे प्रथमच प्रकाश टाकतात. आपणास आतापर्यंत संभाजी महाराजांना येसूबाई नावाची एकच राणी होती, हे ज्ञात आहे. यादव दप्तर दुर्गाबाई या दुसऱ्या राणीचे नाव पुढे आणते. संभाजी महाराजांची ही राणी मोगलांच्या कैदेत होती. ही कैदेत केव्हा पडली, कशी पडली, याविषयी आपणास काहीच माहिती

मिळत नाही. तथापि तिला सोडविण्याचा प्रयत्न संभाजी महाराजांनी आपल्या कारकिर्दीच्या शेवटी केलेला दिसतो आणि तिच्या सुटकेची ही कामगिरी गिरजोजी यादवावर सोपविली गेली होता, असेही दिसते.

नोव्हेंबर १६८८ मध्ये संभाजी महाराजांनी शिर्क्यांचे पारिपत्य करण्यासाठी पन्हाळा-विशाळगड प्रदेशांत मोहीम हाती घेतली होती. या मोहिमेवर जाण्यापूर्वी त्यांनी गिरजोजी यादवास राणी दुर्गाबाईच्या भेटीस औरंगाबादेस धाडले होते. औरंगाबादेस जाऊन गिरजोजीने दुर्गाबाईची भेट कशी घेतली, याचा वृत्तान्त यादवांच्या कागदपत्रात असा येतो –

"गिरजोजी यादव हे मातुश्री दुर्गाबाईसाहेब राजेश्री संभाजी राजे छत्रपति यांची राणी दौलताबादेस तांब्राचे निर्बंधी होती. तेथे धणयाचे आज्ञेप्रमाणे जाऊन परमसंकटे त्याची भेटी घेऊन त्यास काढून आणावयाचा येत्न योजून येऊन वर्तमान धणयास सांगितले."[५] – (हा उल्लेख यादव घराण्यातील स्वरूपजी यादव व गिरजोजी यादव या यादवबंधूंमध्ये झालेल्या सन १७१६ च्या विभाजन पत्रात येतो. हे अस्सल विभाजनपत्र एकूण सव्वासहा इंच रुंद आणि साडेसदुसष्ट फूट लांबीचे असून, डॉ. अप्पासाहेब पवार यांच्या हाताखाली संशोधनकार्य करीत अस, प्रस्तुत लेखकाने ते स्वतः पाहिले व अभ्यासले आहे.)

रायगडाच्या वेढ्यातील धोक्याची कामगिरी

सन १६८९ मध्ये संभाजी महाराजांच्या वधानंतर रायगडाला वेढा पडला. त्या वेढ्यातून निसटून नूतन छत्रपती राजाराम महाराज प्रतापगडावर आले. तेथून त्यांनी रायगडातून त्यांची राणी जानकीबाई व शाहू राजे यांना आणण्यासाठी, त्याचप्रमाणे खर्चासाठी सोने-जडजवाहीर आणण्यासाठी, गिरजोजी यादवाची नेमणूक केली. शत्रूच्या वेढ्यातून शिताफीने रायगडावर जाऊन गिरजोजीने येसूबाई, रायगडचा किल्लेदार चांगोजी काटकर यांची भेट घेतली आणि राजाराम महाराजांचा निरोप त्यांना कथन केला. तथापि, जानकीबाई व शाहूराजे यांना रायगडबाहेर पाठविण्यास त्यांनी नकार दिला. पण त्यांनी खर्चासाठी सोने-जडजवाहीर यांच्या गाठोड्या बांधून गिरजोजीच्या हवाली केल्या. गिरजोजी आपल्या तक्रारीत म्हणतो –

"ते समई झुलपुकारखान गनीम रायगडास वेढा घालावयास आला. याकरिता राजेश्री स्वामी प्रतापगडास गेले. अर्जोजी यादव यास रायगडी ठेविले. प्रतापगडीहून राजेश्री स्वामी (राजाराम महाराज) गनिमाचे दाटी करिता परळीस गेले. तेथून पनालियास (पन्हाळ्यास) गेले. आम्हास प्रतापगडीहून मातुश्री जानकीबाई व राजेश्री शाहू महाराज यास आणावया करणे रायेगडास रवाना केले होते. आम्ही वेढियातून गडावरी जाऊन चांगोजी काटकर आदिकरून सकलास राजेश्री स्वामींची आज्ञा सांगितली. ते ना

यैकत. तेव्हा राजेश्री स्वामींच्या खर्चाकारणे सोने-वस्तभाव मागोन घेतली आणि तैसेच वेढियातून निघोन कांगोरीस आलो. तेथे मुलुकातील लोक बदलोन येऊन गडाखाली बैसले. तेथून आपण युक्तीने निघोन रोहिडा, पांडवगड, वैराटगड, सातारा-परळी या किल्ल्यांवरून गनिमाच्या सिलसिल्यामधून रातवे खपून परम संकटे तितके सोने-वस्तभाव सांभाळून पनालेस राजेश्री स्वामी जवळी गेलो. त्यावरून राजेश्री स्वामी बहुत संतोसी जाहाले.''[६]

जिंजीच्या प्रवासात राजाराम महाराजांबरोबर

लवकरच स्वराज्यात राहणे धोक्याचे वाटल्याने राजाराम महाराजांनी जिंजीचा मार्ग धरला. जिंजीच्या या प्रवासात महाराजांनी अत्यंत जिवाभावाची व विश्वासाची माणसे सोबत घेतली. त्यामध्ये हा गिरजोजी यादव सोने-जडजवाहिराची गाठोडी घेऊन आहे. गिरजोजी पुढे आपल्या तकरीरीत कर्नाटकाच्या प्रवासातील राजाराम महाराजांवरील संकटाचे व आपल्या सेवेचे वर्णन करताना म्हणतो –

''त्याउपरि पनालियास गनिमाचा वेढा आला. याकरिता राजेश्री स्वामी कर्नाटकात जावयाच्या उदेशे तेथून स्वार जाहाले. ते समई उच उच जवाहिराच्या गाठोड्या बांधोन आम्हाजवळी व वरकड हुजुरियाजवळी दिल्ह्या आणि राजेश्री स्वामी समागमे जात असता राजेश्री हंबीरराऊ (हंबीरराव मोहिते सरलष्कर-दुसरा) व राजेश्री मानसिंग मोरे माघारे निघोन आले. पुढे राजेश्री बहिरजी घोरपडे येऊन भेटले. त्यास समागमे घेऊन राजेश्री स्वामी मार्गीचे बहुत श्रमेकडून सिवमोघ्यास गेले. तेथे राजेश्री रूपाजी भोसले व सकल लस्कर टाकून जरोर येकाकी राजेश्री स्वामीस करनाटकात जावे लागले.

तेव्हा आम्हा जवळील जवाहिराच्या गाठोड्या होत्या त्या राजेश्री खंड प्रभु चिटनिवीस (खंडो बल्लाळ) यापासी देऊन आम्हास समागमे घेतले. गोठा बाहेरी गेलियावरी समुदाये बहुत देखोन आम्हासही माघे राहावयाची आज्ञा केली. याकरिता आम्ही फिरोन गोठात येऊन ज्याजवळी ज्या गाठोडिया होत्या त्या त्या आपलाल्या आपणाजवळी घेतल्या. रूपाजी भोसले व वरकड सारे लस्कर गनिमाच्या हातास लागले. त्या संकटामध्ये नाना प्रकारीचे श्रमसाहास करून युक्तीने तितके जवाहीर जतन करून परम प्रयासे नरगुंदास आलो. तेथे आपणास वेथा जाहली. त्यामुळे येक महिना तेथे राहावे लागले. तेव्हा ज्यापासी ज्या गाठोड्या होत्या त्या त्याणी आम्हाजवळी टाकून देऊन सारे निघोन गेले. ते सारे जवाहीर दमाजी सरखवास याणी व आम्ही जतन करून मार्गीचे परम संकटे चंदीस (जिंजीस) घेऊन गेलो. राजश्री स्वामींचे दर्शन जाहाले. जवाहिराच्या गाठोड्या पुढे ठेविल्या. गाठोडियावरी सिके किले पनालियावरी केले होते ते रूजू केले. राजश्री स्वामी संपूर्ण जवाहीर पाहून परम संतोसी जाहाले आणि आम्हा उभयतास पांच पांच हजार चक्रे (एक प्रकारचे नाणे)

बक्षीस पाच पाच सेर रुप्याची ताटे व दोन दोन रूप्याच्या वाट्या व पाणी प्यावयाची येक येक रूप्याची घडी येक येक तरवार येक येक कटार येक येक ढाल व पाच पाच नग वस्त्रे द्यावया आणिली.''[७]

गिरजोजी– राजाराम महाराजांच्या अंतःपुराचा सरहवालदार

दिवसेंदिवस राजाराम महाराजांचा विश्वास गिरजोजीने अधिकाधिक संपादन केला. इतका की त्यास महाराजांनी आपल्या अंतःपुराचा 'सरहवालदार' म्हणून नियुक्त केले. अंतःपुराचा सरहवालदार या नात्याने महाराजास होणाऱ्या पुत्रजन्माची अथवा कन्याजन्माची वार्ता प्रथम त्यांना सांगण्याचा मान गिरजोजीस होता. त्याप्रमाणे जानेवारी १६९२ मध्ये राणी राजसबाईस कन्यारत्न झाले.

ही वार्ता महाराजांस विदित करताच त्यांनी त्या वेळी दरबारात असणाऱ्या बाजी कदम व खंडोजी दाभाडे यांच्या विनंतीवरून गिरजोजीस कऱ्हाड परगण्यातील ता. उंबरज व ता. तारगाव या दोन्ही तर्फांचे देशमुखीचे वतन बहाल केले. पुढे राणी ताराबाई हिच्या पोटी शिवाजीराजाचा जन्म झाला – (९ जून १६९६). गिरजोजीने ही वार्ता महाराजांना श्रुत करताच त्यास कऱ्हाड परगण्याचे देशमुखीचे वतन बहाल केले![८]

जुल्फिकारखानाच्या गोटात राजनैतिक शिष्टाई

औरंगजेबाच्या आज्ञेने मोगल सेनापती जुल्फिकारखान याने जिंजीस सन १६९० मध्येच वेढा घातला होता. तथापि अनेक कारणांनी हा वेढा पुढे अनेक वर्षे रेंगाळला. शेवटी सन १६९७ मध्ये औरंगजेबाने किल्ला जिंकण्याची खानाकडे निकड लावली. खानाचे व राजाराम महाराजांचे अंतःस्थ सूत जमले होते. किल्ला जिंकण्याचा प्रसंग आलाच, तर खानाने राजाराम महाराजांना महाराष्ट्राकडे निसटून जाण्याची संधी द्यायची, असेही ठरले होते. सन १६९७ च्या सप्टेंबर-ऑक्टोबरात महाराजांनी खानाशी शांतता तहाच्या वाटाघाटी सुरू केल्या. एवढेच नव्हे, तर खानाच्या छावणीत आपला लाडका अनौरसपुत्र कर्ण (वय वर्षे ७) याच्या नेतृत्वाखाली शंकरजी पंडित सुमंत, गिरजोजी यादव व बाबाजी प्रभू यांचे एक शिष्टमंडळ पाठविले. त्या समयी आपण कोणती कामगिरी केली आणि त्यावर महाराजांनी आपणास कसे बक्षीस दिले, याचा वृत्तान्त गिरजोजी असा सांगतो –

''त्याउपरी झुलपुकारखान गनीम चंदीस परीघ घालावयास आला. तेव्हा राजेश्री राजा कर्ण भोसले यांस झुल्फकारखानाकडे पाठवून सख्य करावे लागले. त्या समागमे आम्हास व राजेश्री शंकरजी पंडित सुमंत व राजेश्री बाबाजी प्रभू यास देऊन झुलपुकाराचे भेटीस पाठविले. आपण राजेश्री राजा कर्ण भोसले यास घेऊन जाऊन

झुलपुकारखानाची भेटी करून तेथील नाना प्रकारीचे विषम संधी होत्या त्या तितक्या सांभाळून राजकारणास अंतर पडो न देता पुन्हा राजेश्री राजा कर्ण यास सांभाळून घेऊन आलो, ते प्रसंगी राजेश्री स्वामी बहुत संतोषी जाहाले आणि शंकराजीपंतास बक्षीस चक्रे १,००,००० (एक लाख)व आम्हास बक्षीस चक्रे ५०,००० (पनास हजार) व बाबाजी प्रभु यास २५,००० (पंचवीस हजार)दिल्हे.''[९]

''राज्यास दुणी आयुश चढले!''

लवकरच बादशहाची निकड फारच झाल्याने किल्ल्याचा वेढा पुन्हा बसवून किल्ला जेर करण्याशिवाय झुल्फिकारखानास गत्यंतर राहिले नाही – (८ नोव्हेंबर १६९७). तेव्हा खान आणि राजाराम महाराज यांच्यात संदेशांची देवाणघेवाण होऊन मोगलांनी हल्ला करण्यापूर्वी महाराजांनी व त्यांच्या राण्यांनी किल्ला गुप्तपणे सोडून जायचे ठरले. अशा आणीबाणीच्या प्रसंगी अंतःपुराचे सरहवालदार असणाऱ्या गिरजोजीने मोठी मोलाची कामगिरी बजावली. मोगली छावणीतील कोणी बिराडकर वाणी नावाच्या इसमाला हाताशी धरून त्यास चार हजार होन देऊन गिरजोजीने महाराज किल्ल्याबाहेर पडतील, अशी तजवीज केली. महाराज या वेढ्यातून सुखरूप बाहेर पडून उत्तरेस मराठ्यांच्या ताब्यात असणाऱ्या वेलोरच्या किल्ल्यात पोहोचले –[१०] (२६ डिसेंबर १६९७).

राजाराम महाराज जिंजीबाहेर पडताच जुल्फिकारखानाने जोशाने किल्ल्यावर हल्ला चढविला. महाराजांबरोबर त्यांचा कबिला बाहेर पडलेला नव्हता. सुरक्षिततेच्या दृष्टीने कदाचित ही खबरदारी घेतली असावी. राण्यांना सुखरूपपणे बाहेर काढण्याची जोखमीची कामगिरी महाराजांनी गिरजोजीवर सोपविली होती. किल्ल्यावर हल्ले सुरू होताच गिरजोजीने महाराजांच्या नाट्यशाळांना जिंजीमध्येच त्यांच्या आईबापांच्या घरी पोहोचवून ताराबाई व राजसबाई या महाराजांच्या प्रमुख राण्यांस, सोयराबाई या कन्येस व शिवाजीराजे या पुत्रास आपल्या घरी आणले. एवढ्यात खानाने जिंजी किल्ल्याची तटबंदी भेदून आत प्रवेश केला. गिरजोजी या प्रसंगाचे वर्णन करताना म्हणतो –

''येकायेकी झुलपुकारखानाने येऊन चंदीस (जिंजीस) वेढा घातला. संकट बहुत जाहाले. तेव्हा राजेश्री स्वामी येलुरास (वेलोर) जरोर गेले. मागे झुलपुकारखान याणे सुलतानढवा करून चंदी घेतली. संपूर्ण लोकांचे कबिले धरिले. गनिमाने मार्गाचा अवरोध केला असता त्या संकट प्रसंगामध्ये आम्ही आपल्या जीवाची व कबिल्याची आशा सोडून केवळ साहास कर्म करून मातोश्री ताराबाईसाहेब व राजेश्री शिवाजीराजे व मातोश्री राजसबाईसाहेब यांचे उदरी राजेश्री संभाजी राजे यांचा संभव होऊन साहा महिने जाहाले होते ती व त्यांची कन्या सोयराबाई व उभयता मातुश्रींचे सेवेसी बाइको असिली पाहिजे याकरिता लखमु कारभारीण समागमे घेऊन मार्गीचा स्वता पाये

उतारा करून परमश्रमेकरून येलुरास राजेश्री स्वामी समीक्ष घेऊन आलो. उभेयता मातु:श्री आईसाहेब व राजेश्री शिवाजी राजे व सोयराबाई यांच्या व राजेश्री स्वामींच्या भेटीसमई राजेश्री स्वामी व संपूर्ण सरकारकून व हुजरे परमसंतोसी होऊन बोलिले की या संकटातून राजकुमारास घेऊन आले, हे काही सामान्य कर्म केले नाही. राजकुमार म्हणजे राज्याचे जीवन. ते याणी आपल्या जीवाची होली करून सौंरक्षुन आणिले. येणेगुणे राज्यास दुणी आयुश चढले.[११]

जिंजी घेतल्यावर मोगलांच्या फौजा वेलोरवर चालून येणार अशा वार्ता राजाराम महाराजांपर्यंत पोहोचल्या. तेव्हा कर्नाटकात महाराजांना न्यावयास आलेल्या धनाजी जाधवाच्या फौजेबरोबर महाराज निघाले. निघताना त्यांनी आपला कबिला पाठीमागे ठेवला व तो सुखरूपपणे ''कळेल त्या रीतीने'' महाराष्ट्रात आणण्याची कामगिरी पुन्हा गिरजोजीसच सांगितली गेली. ही जोखमीची कामगिरीही गिरजोजीने अत्यंत सावधानतेने व परिश्रमेकरून पार पाडली. महाराजांचा कबिला कर्नाटकातून महाराष्ट्रात सुखरूप आणण्यात तो यशस्वी झाला.[१२]

गिरजोजीसाठी राणीने बारसे तटवून ठेवले!

महाराष्ट्रात आल्यावर राजाराम महाराज एकाच किल्ल्यावर राहिले नाहीत. ताराबाई व शिवाजीराजे यांना घेऊन ते एकसारखे स्वराज्यात फिरून मोगली फौजांचा प्रतिकार करीत राहिले. कर्नाटकातून आल्यावर त्यांनी लगेच कोकणच्या प्रदेशाची स्वारी हाती घेतली. या स्वारीच्या परतीमध्ये प्रतापगडास भवानी देवीचे दर्शन घेऊन ते विशाळगडाकडे येत असता मार्गात हळवाकच्या मुक्कामी त्यांना विशाळगडावर राणी राजसबाईस पुत्र झाल्याची सुवार्ता समजली. तेव्हा ते उद्गारले, ''चंदीहून गिरजोजी यादव याणी तांब्राच्या संकटातून राणीया काढून आणिल्या त्यामुळे आम्ही ते संतोशाचे दिवस पाहिले.''[१२] महाराणी ताराबाई व शिवाजीराजे यांना गिरजोजीबरोबर परळीस रवाना करून महाराज स्वतः विशाळगडाला गेले. तेथे बारशाच्या दिवशी राणी राजसबाईने आग्रह धरला की जिंजीच्या संकटातून ज्याने आमची सुटका केली त्या गिरजोजीच्या वतनाची पत्रे प्रथम करून द्यावीत. राणीचा आग्रह मानून महाराजांनी गिरजोजी तेथे नसतानाही तातडीने त्याच्या वतनाची पत्रे तयार केली. त्यानंतर राजपुत्राच्या बारशाचा सोहळा विशाळगडावर पार पडला![१३]

महाराणी ताराबाईचा गिरजोजीच्या बाजूने निकाल

यानंतरच्या काळात गिरजोजी हा महाराणी ताराबाईच्या दिमतीतच दिसतो. परळीवर ताराबाई व शिवाजीराजे यांचा मुक्काम असता तो त्या गडावर त्यांच्या सेवेत होता. या सुमारास पालीच्या यात्रेच्या डबीच्या संदर्भात गिरजोजी व धनाजी जाधव

सेनापती यांच्यात कथला निर्माण झाला. तेव्हा ताराबाईंनी त्यात हस्तक्षेप करून सेनापतीच्या विरोधात गिरजोजीच्या बाजूने निकाल दिला![१४] (सन १६९९) (या कथल्याबाबत एक स्वतंत्र लेखच प्रस्तुत ग्रंथात दिला आहे.) यात्रेच्या डबीचा ऐवज फारसा महत्त्वाचा नव्हता. पण या सर्वच प्रकरणात राजाराम-ताराबाई या उभयतांची मर्जी गिरजोजीवर किती प्रसन्न होती हे यावरून दिसून येते.

लवकरच राजाराम महाराज मोगली मुलुखात वऱ्हाड-खानदेशच्या स्वारीवर गेले. इकडे ब्रह्मपुरीवरून औरंगजेब बादशहा स्वराज्यावर साताऱ्याच्या रोखाने चालून आला. तो येण्यापूर्वीच राजाराम महाराजांनी ताराबाई व शिवाजीराजे यांना परळीहून विशाळगडास रवाना केले होते. त्यांच्यासोबत गिरजोजी यादवासही पाठविले होते.[१५]

प्रकृतीने दगा दिल्याने मोगली मुलखातील स्वारी अर्ध्यावर टाकून राजाराम महाराज स्वराज्यात सिंहगडावर परतले आणि तेथेच त्यांचा अल्पावधीत मृत्यू घडून आला – (३ मार्च १७००). त्यांच्यानंतर ताराबाईपुत्र शिवाजीराजे मराठ्यांच्या गादीवर बसले. पण ते अल्पवयीन असल्याने मराठी राज्याचा कारभार महाराणी ताराबाईच पाहू लागल्या.

कऱ्हाड परगण्याच्या देशमुखीची प्राप्ती

छत्रपती शिवाजी महाराजांच्या कालापासून यादव घराण्यातील हा गिरजोजी राजघराण्याच्या सेवेतील एक विश्वासू सेवक म्हणून नावाजला गेला होता. ताराबाईच्या कारकिर्दीतही त्यांनी त्याच्यावर उत्तरोत्तर अधिक विश्वास टाकल्याचे दिसून येते. दि. ९ जुलै १७०२ च्या एका पत्रात त्याचा उल्लेख "राजश्री गिरजोजी यादव हवालदार सेवक राजीमंडळ सनीध मातुःश्री आईसाहेब (ताराबाईसाहेब)" असा आला आहे.[१६] ताराबाईच्या दरबारातील राजमंडळांचा तो अशा प्रकारे एक महत्त्वाचा सदस्य बनला होता. ताराबाईंच्या दरबारात त्याचे दिवसेंदिवस वजन वाढत गेले. हे वाढलेले वजन त्याने कऱ्हाड परगण्याचे देशमुखीचे वतन प्राप्त करण्यासाठी खर्च केले. राजसबाईपुत्र संभाजीराजे यांच्या बारशाच्या प्रसंगी राजाराम महाराजांनी त्यास कऱ्हाड परगण्याची देशमुखी देणाऱ्या सनदा गडबडीत तयार केल्या. पण त्याच्यावर शिक्कामोर्तब होऊ शकलेले नव्हते. ताराबाईंच्या कारकिर्दीत आता शिवाजी राजांच्या शिक्क्यांच्या सनदा मिळविण्यात तो यशस्वी झाला – (सन १७०३).[१७] हे देशमुखीचे वतन मिळविण्यासाठी गिरजोजी संभाजी महाराजांच्या कारकिर्दीपासून प्रयत्न करीत होता, हे ध्यानात घेतले पाहिजे.

गिरजोजी– हाडाचा वतनदार

मराठी माणसाचे वतन म्हणजे सर्वस्व! वतनासाठी वाटेल ते कृत्य करावयास मराठी माणूस तयार होतो, याची अनेक उदाहरणे मराठ्यांच्या इतिहासात पानोपानी

आहेत. गिरजोजीही त्यास अपवाद कसा ठरेल? मुळात कऱ्हाडचे देशमुखीचे वतन यादवांचे नसताना केवळ राजदरबारी असणाऱ्या स्थानामुळे छत्रपतींची मर्जी प्रसन्न राखून ते त्याने प्राप्त केले होते. तेव्हा त्या वतनांची मजबुती हरेक प्रकारे करताना तो दिसतो.

राजाराम-ताराबाई काळात देशावर जुन्नर, पुणे-शिरवळ, सातारा, वाई, कऱ्हाड, कोल्हापूर आदी प्रदेशांत मराठे व मोगल अशा दोन्ही सत्तांच्या राजवटी एकाच वेळी चालत. परगण्यात मोगलांच्या बाजूने जसे अंमलदार नेमले जात, तसे मराठ्यांच्या बाजूनेही नेमले जात. स्वाभाविक मुलकी व लष्करी संघर्ष सतत होत राहत.

सन १७०३ मध्ये ताराबाई काळात कऱ्हाड परगण्यात मोगलांचा यासीनखान नावाचा ठाणेदार होता. त्याचा बंधू न्यामतखान हा वाई-शिरवळचा ठाणेदार होता. ऑगस्ट १७०३ मध्ये या न्यामतखानाची व मराठ्यांची लढाई होऊन त्यात तो मराठ्यांच्या हाती कैदी म्हणून सापडला. मराठी लष्कराने त्यास ताराबाईंकडे आणल्यावर त्यांनी त्यांच्या सुटकेसाठी १५,००० रुपयांचा खंड (दंड) बांधला! ही बातमी यासीनखान व त्याची आई मोंगलणिमा यांना समजताच त्यांची न्यामतखानास सोडविण्याची खटपट सुरू झाली. या कामी ताराबाईंच्या दरबारात प्रतिष्ठा असणाऱ्या गिरजोजीशी त्यांनी संधान बांधले. यासीनखान कऱ्हाडचा ठाणेदार होता. तर गिरजोजी कऱ्हाडची देशमुखी मिळविण्यासाठी वर्षोन्‌वर्षे खटपट करीत होता. (प्रत्यक्षात त्यास ताराबाईंच्याकडून नोव्हेंबर १७०३ मध्ये कऱ्हाडच्या देशमुखीची वतनपत्रे मिळाली.) अशा परिस्थितीत "न्यामतखानास सोडविल्याने आपल्या वतनास साधक आहे" असा सुज्ञ व दूरदृष्टीचा विचार करून गिरजोजीने आपले ताराबाईंकडे असलेले वजन खर्ची घातले आणि त्यांच्याकडे रदबदली करून न्यामतखानाची खंड न घेता सुटका केली![१८]

गिरजोजी फक्त कऱ्हाडच्या ठाणेदाराशी संधान बांधून थांबला नाही; त्याच्याही पुढे जाऊन त्याने औरंगजेब बादशहाच्या दरबाराशीही संधान बांधले! कऱ्हाडच्या देशमुखीचा खरा वतनदार मसूरचा महादजी जगदाळे मोगलांना मिळून देशमुखीचे फर्मान मिळविण्याच्या प्रयत्नांत होता. तेव्हा त्यास शह देण्यासाठी खुद्द गिरजोजीने बादशाही दरबारशी राजकारण लावून कऱ्हाडच्या देशमुखीचे फर्मान हस्तगत केले! (सन १७०३ चा सुमार). खुद्द गिरजोजीनेच ही गोष्ट सांगितली आहे. तो म्हणतो – "राजेश्री शाहू राजे आले त्या आगोदर च्यारी वर्षे आम्ही पादशहा अवरंगजेब याचा फर्मान देशमुखीचा करून घेतला व दिवाणी परवाने व मिसला करून घेतल्या. त्यास खर्च रु. ३२,००० बत्तीस हजार दिल्हे."[१९]

गिरजोजी यादवाची 'दिवाणगिरी'

ताराबाईंच्या दरबारात गिरजोजीचे प्रस्थ दिवसेंदिवस वाढत गेले असे दिसते. ताराबाईंचाही त्याच्यावरचा विश्वास वाढत गेला, इतका की आपल्या राज्यकारभारात त्यास त्यांनी महत्त्वाचे स्थान दिले. महादजी जगदाळे मोगली अंमलदाराकडे तक्रार करताना आपल्या तकरीरीत म्हणतो की, "गिरजोजी यादव हा राजारामाच्या लेकापासी (शिवाजीराजे-ताराबाई) दिवाणगिरी करीत आहे."[२०] दुसऱ्या एका तत्कालीन कागदपत्रात "गिरजोजी यादव याजवर आईसाहेबांची (ताराबाईची) एकत्यारी होती." असा स्पष्ट उल्लेख मिळतो.[२१] यावरून गिरजोजीचे मराठी कारभारातील स्थानमाहात्म्य लक्षात येते.

त्या काळात राजकारणात गिरजोजी ताराबाईंचा एक प्रमुख सल्लागार बनला होता हे स्पष्ट आहे. एका तत्कालीन कागदात त्याचा उल्लेख रामचंद्रपंत हुकुमतपन्हा याच्या बरोबरीने येतो. शाहूच्या आगमनानंतर स्वराज्यात जी उलथापालथ सुरू झाली त्या सुमाराचा हा कागद असून, त्यामध्ये कुडाळच्या खेम सावंतास आपल्या बाजूवर ठेवण्यासाठी ताराबाईंनी त्याच्याशी वाटाघाटी करण्यासाठी रामचंद्रपंत व गिरजोजी यादव यांस पाठविल्याचा उल्लेख आहे. या पत्रात ताराबाई लिहितात, "...सांप्रत राजश्री शाहूराजे यांचा फितवा निर्माण होऊन राज्यात डोहणा जाहाला. कित्येक सेवक लोकी अवक्रीया करून जाऊन त्यास मिलोन अनसारिखी वर्तणूक आरंभिली आहे. या प्रसंगे तुही स्वामीसी निस्टा धरून निर्व्याजत्वे यकरूप निष्ठेने वर्तणूक केली... त्यावरून स्वामीनी तुमचे प्रामाणिकतेचा व येकनिस्टेचा अर्थ चितात आणून राजश्री रामचंद्र पंडित हूकमतपनाह यास व राजश्री गिरजोजी यादव यास आज्ञा केली. यांचे भेटीस तुम्ही माणगावीच्या मुकामी येऊन भेटी घेतली आणि आपले वृत्त यांस निवेदन केले. आपण राजश्री स्वामीसी यकनिष्ठेने वर्तत आहो. पुढेही सेवा यकरूप निष्ठेने करू. शाहूराजे यांकडे अनुसंधान लावणार नाही..."[२२]

सन १७१४ च्या करवीरच्या राज्यक्रांतीत सहभाग

शाहू महाराजांच्या स्वराज्यातील आगमनाने मराठी राजकारणात मोठीच उलथापालथ घडून आली. कधी स्वराज्यात तर कधी मोगलाईत जाण्यायेण्याची संधिसाधू सवय असलेल्या मराठी वतनदारांना व सरदारांना तर ही आयती संधीच चालून आली. अशा मोठ्या घालमेलीच्या परिस्थितीत शाहू महाराजांशी संघर्ष करीत ताराबाईंनी वारणेच्या दक्षिणेकडे आपल्या हाती असलेल्या प्रदेशाचे स्वतंत्र अस्तित्व टिकवून ठेवले. शाहू महाराजांचे राज्य त्यांना लाभलेल्या कर्तबगार पेशव्यांमुळे पुढे सर्व हिंदुस्थानभर वाढत राहिले. त्या मानाने ताराबाईंचे राज्य वाढू शकले नाही. ही

वस्तुस्थिती आहे. तथापि छोटे असले तरी ताराबाईंचे करवीरचे राज्य स्वतंत्र व सार्वभौम राहिले होते, हेही लक्षात घेतले पाहिजे.

अशा प्रकारे आपल्या पुत्रास- शिवाजीराजांस गादीवर बसवून राज्य करीत असता ताराबाईंच्या विरुद्ध त्यांच्याच विश्वासातील काही मंडळींनी पन्हाळ्यावर त्यांच्याविरुद्ध उठाव केला आणि त्यांना व त्यांच्या पुत्रास सत्तेवरून पदच्युत करून त्यांची सवत राजसबाई व त्यांचा पुत्र संभाजीराजे यांना सत्तारूढ केले. ही घटना ऑगस्ट-सप्टेंबर १७१४ च्या दरम्यान घडून आली.[२३] हिलाच करवीरच्या इतिहासात 'सन १७१४ ची राजवाड्यातील क्रांती' असे म्हणतात.

या राज्यक्रांतीच्या मागे राजाराम-ताराबाई काळातील राजकारणी मुत्सद्दी रामचंद्रपंत हुकुमतपन्हा हा जरी असला तरी प्रत्यक्ष उठावाची कामगिरी करणारी इतर अनेक प्रमुख मंडळी होती. या मंडळीत गिरजोजी यादव हा प्रमुख आहे. पुढे सन १७४५ च्या सुमारास आपल्याच एका पत्रात ताराबाईंनी पन्हाळगडावरील आपल्याविरुद्धच्या या उठावाचा जाताजाता उल्लेख केला आहे. तो प्रस्तुत चर्चेच्या दृष्टीने फार महत्त्वाचा आहे. ताराबाई लिहितात, "कालपरत्वे आमचा प्रसंग विस्कळीत होऊन चिरंजीव राजश्री संभाजी राजे व राजसबाई याणी गिरजोजी यादव व अंताजी त्रिमल व (इतर) लोक खासकेल गडकरी व तुळाजी सितोळे यासी पुढे करून किल्ले पनाळा येथे चिरंजीव राजश्री संभाजी राजे यांसी राज्यपदास बैसविले. आम्हासी संकटी घातले. बहुत निकड केली."[२४]

खुद्द ताराबाईंच्याच हातचे हे पत्र असल्याने यावर अधिक भाष्य करण्याची आवश्यकता नाही. करवीर राज्यात उठावाचे नेतृत्व करून तसेच तो यशस्वी करून दाखविण्याइतके स्थान गिरजोजीने निर्माण केले होते, हे निश्चित!

करवीरकर संभाजी महाराजांच्या कारकिर्दीत गिरजोजी हा त्यांच्या खास मर्जीतला असणे स्वाभाविक होते. तथापि यानंतरच्या कालखंडात त्याच्या हातून काही विशेष राजकीय कामगिरी झालेली दिसत नाही. सन १७१७ च्या सुमारास सेंध्याच्या सवाई बसवसिंग या संस्थानिकास संभाजी महाराजांनी पाठविलेल्या एका पत्रात त्याचा उल्लेख येतो.[२५] पण पुढे मात्र त्याच्यासंबंधी काहीच संदर्भ मिळत नाहीत. कदाचित या दरम्यानच त्याचा मृत्यू घडून आला असावा.

गिरजोजी- एक कर्तबगार पण मतलबी मराठा!

गिरजोजी यादव म्हणजे मराठेशाहीच्या इतिहासातील मोठे अजब व्यक्तिमत्त्व आहे ! सन १६७४ च्या रायगडावरील शिवराज्याभिषेकापासून स. १७१४ च्या पन्हाळगडावरील राज्यक्रांतीपर्यंत त्याने मराठेशाहीतील अनेक लहान-मोठ्या घडामोडींत, राजकारणात, भाग घेतलेला आढळतो. जीव धोक्यात घालून, प्रसंगी प्राणाचीही पर्वा

न करता, राज्याच्या हितासाठी तो मोठमोठ्या अवघड व नाजूक कामगिऱ्या पार पाडताना दिसतो, मग ती कामगिरी रायगडाच्या वेढ्यातून सोने-जवाहिऱ्याच्या गाठोड्या आणायच्या असो वा औरंगाबादेस मोगलांच्या कैदेत असणाऱ्या राणी दुर्गाबाईच्या सुटकेची असो- त्याने कुठे तलवार हाती घेऊन लढाई मारलेली दिसत नाही; पण राजकीय-राजनैतिक डावपेचांच्या लढाईत तो तरबेज दिसतो; मग तो प्रसंग राजा कर्णास घेऊन जुल्फिकारखानाच्या गोटात शिष्टाई करण्याचा असो वा प्रत्यक्ष राज्यकर्त्यांविरुद्ध उठाव करून नवा राजा बसविण्याचा असो!

मोठमोठ्या नाजूक व विश्वासाची कामगिरी सहजासहजी पार पाडण्याचे गिरजोजीचे कसब वाखाणण्यासारखे आहे. त्याच्या या गुणांमुळेच संभाजी महाराज, राजाराम महाराज व महाराणी ताराबाई या तिन्ही मराठी राज्यकर्त्यांचा तो खास विश्वासातला माणूस बनला. ताराबाईंच्या कारकिर्दीत तर मराठी राजकारणात त्याचे महत्त्व इतके वाढले की 'ताराबाईंचा दिवाण' म्हणून त्याचा लौकिक मोगली गोटापर्यंत पसरला. असा गिरजोजी म्हणजे मराठेशाहीतील निःसंशय कर्तबगार पुरुष आहे. पण जेव्हा 'वतन' ची बाब त्याच्या पुढे येते, त्या वेळी त्याच्यातील मराठी माणसाचे 'वतनप्रेम' जागृत होऊन वतनासाठी 'वाटेल ते' करण्याची त्या काळातील सर्वसामान्य मराठ्यांची प्रवृत्ती त्याच्या ठिकाणीही उफाळून येते! अशा प्रसंगी राज्याच्या हिताचे तत्त्वज्ञान अशा व्यक्तींना महत्त्वाचे वाटत नाही. 'वतन' मिळविण्यासाठी आणि ते टिकविण्यासाठी प्रसंगी शत्रू पक्षाचेही सहकार्य ते बिनदिक्कतपणे घेतात. त्यात त्यांना आपण काही वावगे करीत आहोत असेही वाटत नाही. दुर्दैवाने गिरजोजी अशा प्रकारच्या मराठ्यांच्या हाडीमासी खिळलेल्या वतनी परंपरेस अपवाद ठरला नाही. हीच खरी त्याच्यासारख्या कर्तबगार माणसाची खरी शोकान्तिका आहे![२६]

संदर्भ –

१. मराठी रियासत, खंड २, पृ. २२७
२. मराठ्यांची इतिहासाची साधने, खं १५
३. ताराबाईकालीन कागदपत्रे, खं. १, पृ. ४६६-४६७
४. कित्ता, पृ. ९४
५. कित्ता, पृ. ४८४
६. कित्ता, पृ. ४७२
७. कित्ता, पृ. ४७२-४७३
८. कित्ता, पृ. ४७४-४७५
९. कित्ता, पृ. ४७५-४७६
१०. कित्ता, पृ. ९५

११. कित्ता, पृ. ४७६-४७७
१२. कित्ता, पृ. ४७७
१३. कित्ता, पृ. ४७८
१४. कित्ता, पृ. १०५-१०९
१५. कित्ता, पृ. ४७९-४८०
१६. कित्ता, पृ. १५८
१७. कित्ता, पृ. १९०-२०३
१८. कित्ता, पृ. ४८१
१९. कित्ता, पृ. ४८१-४८२
२०. मराठ्यांच्या इतिहासाची साधने, खं. १५, पृ. १८
२१. शिवचरित्र-साहित्य, खं. २, पृ. २३६
२२. पंत अमात्य बावडा दप्तर, खं. १, पृ. १३९
२३. ताराबाईकालीन कागदपत्रे, खं. १, पृ. ४१६ आणि ४२१
२४. मराठ्यांच्या इतिहासाची साधने, खं. ८, पृ. १९७
२५. शिवचरित्र-साहित्य, खं. ३, पृ. ९३-९४
२६. गिरजोजी कऱ्हाडच्या देशमुखीचा शिक्का उपलब्ध आहे, तो असा -
कऱ्हाडादि महालानां सरदेशमुखस्य हि ॥
गिर्जोजी यादवस्यैषा मुद्रा मूधोजि जन्मन : ॥ कित्ता, पृ. ९३

सेनापती धनाजी जाधव व गिरजोजी यादव यांचा तंटा

प्रस्तुतच्या लेखाचा विषय म्हणजे राजाराम महाराजांच्या कारकिर्दीत सातारा प्रांतात उद्‌भवलेला दोन बड्या असामींतील एक वतनी तंटा आहे. या दोन असाम्या म्हणजे मराठी राजाचा पराक्रमी सेनापती धनाजी जाधव आणि मराठी राजाचा व राणीचा खास विश्वासू सेवक गिरजोजी यादव या होत. पहिली असामी म्हणजे सर्व दक्षिणभर शेकडो लढाया देऊन आपल्या शौर्याचा सर्वदूर लौकिक पोहोचविणारा मराठा सेनानी; तर दुसरी असामी म्हणजे मराठी राजपरिवाराच्या खास मर्जीतील, राजाच्या अंतःपुराचा सरहवालदार!

गिरजोजी देशमुखी वतन मिळवतो

संपूर्ण कऱ्हाड परगण्याची देशमुखी आपली, पण आदिलशाही काळातील वणगोजी नाईक निंबाळकर याच्या पुंडाव्यापासून त्या देशमुखीचा आपला भोगवटा तुटला होता, असा दावा गिरजोजी यादव राजाराम महाराजांपाशी करीत होता. गिरजोजी तसा मोठा कामाचा व विश्वासाचा सेवक होता. त्याची कामगिरी मागील लेखात वर्णिली आहेच. तिच्या पुनरुक्तीची येथे आवश्यकता नाही. येथे एवढेच लक्षात घेऊ, की जिंजीत राणी राजसबाईस कन्यारत्न झाल्यावर त्या आनंदाप्रीत्यर्थ राजाराम महाराजांनी गिरजोजी यादवावर प्रसन्न होऊन त्यास कऱ्हाड परगण्यातील तर्फ उंबरज व तर्फ तारगाव या दोन तर्फांची देशमुखी वतनी करून दिली. उंबरज तर्फखाली देशमुखीची ३० गावे, तर तारगाव तर्फखाली २४ गावे मोडत होती. दि. १५ जानेवारी १६९२ रोजी महाराजांनी जिंजीत या देशमुखीचे वतनपत्र, यादवांना बहाल केले.[१]

या यादवांमध्ये पिराजी बिन चौंडाजी, गिरजोजी बिन मुधाजी, पदाजी बिन आबाजी आणि मकाजी बिन आणाजी अशी चौघांची नावे येतात. आपण दूर कर्नाटकात जिंजीत आणि वतन तिकडे सातारा प्रांतात, तेव्हा त्याचा भोगवटा सुरू

करणे, ही गोष्ट सोपी नाही हे जाणून गिरजोजीने आपल्या वतनामध्ये आपल्या भाऊबंदांना सामील करून घेतले होते, हे उघड आहे.

धनाजीने देशमुखी वतन विकत घेतले!

कऱ्हाडचे देशमुखी वतन मूळ मसूरच्या जगदाळ्यांचे. पण हे जगदाळे स्वराज्याच्या उद्योगात सामील न झाल्याने, शिवाजी महाराजांनी ते खालसा करून आपल्याकडेच ठेवले होते. तेव्हापासून भोसले या वतनावर आपले हक्क सांगत होते. राजारामकालीन एका कागदातही 'कऱ्हाडची देशमुखी वतन राजश्री छत्रपति स्वामीचे' असे एक वाक्य येते[२] ते याच संदर्भात. तेव्हा कऱ्हाडच्या या देशमुखीवर जगदाळे-भोसले यांच्यात वाद असतानाच गिरजोजी यादव मध्येच घुसला आणि हे वतन पूर्वापार आपलेच आहे, असा दावा करू लागला.

गिरजोजीची कामगिरी लक्षात घेऊन राजाराम महाराजांनी त्यास या परगण्याच्या देशमुखीपैकी दोन तर्फांची देशमुखी आपल्याकडून बहाल केली. आता या वतनी मामल्यात सेनापती धनाजी जाधवाने प्रवेश करायचे ठरविले आणि त्याने पुढे होऊन गिरजोजीच्या भाऊबंदांकडून तारगाव तर्फेखालची १० गावे विकत घेतली. या देशमुखीच्या वतनाचे खरेदीपत्र रामचंद्रपंत अमात्यांकडे सादर करून व त्याबरोबर एक हजार रुपयाची शेरणी (दरबार खर्च) भरून पंतांचे वतनपत्रही त्याने घेतले. एवढेच नव्हे, तर खुद्द राजाराम महाराजांचीही या गावांची वतनाची सनद मिळविण्यात तो यशस्वी झाला ![३]

पालीच्या यात्रेच्या डबीचा तंटा

हा सर्व वतनाच्या खरेदी-विक्रीचा व्यवहार गिरजोजी यादवास न कळविताच त्याच्या भाऊबंदांनी केला होता. दरम्यान सन १६९८ च्या सुरुवातीस गिरजोजी राजाराम महाराजांबरोबर महाराष्ट्रात आला आणि त्याने या व्यवहारास हरकत घेतली. तारगाव तर्फेतील जी १० गावे धनाजीने विकत घेतली होती, त्यामध्ये पाली हे गाव मोडत होते.

पालीच्या खंडोबाचे मंदिर प्राचीन असून, ते जागृत देवस्थान म्हणून सर्वत्र प्रसिद्ध आहे. महाराष्ट्रातील मराठे, रामोशी, मांग इत्यादी जातीजमातींचे ते कुलदैवत असून, पौष महिन्याच्या पौर्णिमेस तेथे मोठी यात्रा भरते. शिवकालातही ही यात्रा मोठ्या प्रमाणावर भरत असे. यात्रेमध्ये देवाची पालखी निघाल्याच्या दुसऱ्या दिवशीची 'डबी' ही त्या गावच्या देशमुख-देशकुलकर्णी या वतनदारांना हक्काने मिळत असे.

ही 'डबी' म्हणजे यात्रेत देवापुढे भक्तांनी ठेवलेले द्रव्य, वस्त्रे, भंडारा, खारीक, खोबरे इ. वस्तू. त्या वर्षीची म्हणजे सन १६९९ ची यात्रा जानेवारीमध्ये येत होती.

या सुमारास महाराणी ताराबाईंचा मुक्काम साताऱ्याच्या किल्ल्यावर होता. त्यांच्या समवेत या वेळी रामचंद्रपंत अमात्य हाही किल्ल्यावर हजर होता. यात्रेतील डबीवर हक्क सांगण्यासाठी गिरजोजी व धनाजी हे दोघेही आपापली माणसे पाठविणार व त्यातून यात्रेत संघर्ष होणार हे जाणून, ताराबाईंनी साताऱ्याहून खास आपली माणसे पाठवून देवाची डबी साताऱ्यास आणली; आणि डबीचा ऐवज सरकारजमा करून रामचंद्रपंतांकडे ठेवण्यास दिला.[४]

ताराबाईंनी न्यायनिवाडा केला !

दरम्यान याच बाबीवरून सज्जनगडावर धनाजी व गिरजोजी यांच्यात काही 'कटकट' झाली. अशा परिस्थितीत या दोन मातबर सेवकांमधील तेढ अधिक काल तशीच राहू देणे हे राज्यहिताचे नाही, हे जाणून ताराबाईंनी या प्रकरणी जातीने लक्ष घातले आणि गिरजोजीचा डबीचा हक्क मान्य करून धनाजीस डबीवर (पर्यायाने देशमुखीवर) काही हक्क नसल्याचा निकाल दिला, तसेच डबीचा ऐवज रामचंद्रपंतांकडून आणून गिरजोजीच्या स्वाधीन केला. या प्रसंगी ताराबाईंनी गिरजोजीस जे पत्र दिले आहे.[५] ते आम्ही जसेच्या तसे पुढे देत आहोत–

सही

सकल सौभाग्यवती वज्रचुडेमंडित ताराबाई याणी गिरजोजी यादव देशमुख ता. उंबरज व तारगाव सु ॥ तीसा तीसेन अलफमौजे पाली ता । मजकूर येथील देश (मुखीच्या) हकाचा कथला राजश्री जाधवराव व तुम्हात लागला होता. याकरिता पालीचे जत्रेची डबी अमानत केली आण हुजूर आणऊन राजश्री रामचंद्रपंत याचे स्वाधीन केली. त्याउपरी किले सजनगडी तुमची त्याची कटकट जाली. त्यास राजश्री पंती सदरहू डबीच्या ऐवज आम्हाकडे पाठवीला. त्यास तुमची तुम्हास दिल्ही.

बि ॥

खुर्दा टके	रूपे वजन तो ।
१३०	'''
सनगे	
१ खेडा	ला
१ मुंडासे	०

येणेप्रमाणे सदरहू ऐवज अमानत केला होता. तो तुमचा ऐवज तुमचे स्वाधीन केला असे. सही (पत्राच्या पाठीमागे) ६०, ३० साबान'

(मूळ पत्राचा ठसा लेखाच्या शेवटी दिलेला आहे.)

महाराणी ताराबाईचे पत्र. पत्रातील 'सही' ही अक्षरे खुद्द ताराबाईंच्या हातची.

पालीच्या यात्रेच्या डबीचा तंटा वरवर मिटला तरी देशमुखीचा वाद पुढे अनेक वर्षे चालला असे दिसते. मसूरचे जगदाळे, भोसले, यादव व जाधव अशी अनेक घराणी या देशमुखीच्या वतनात गुंतली असल्याने, त्या धामधुमीच्या कालातही जसे ज्यास जमले तसे त्याने वतन साधले, असे दिसते. प्रसंगी चढाई तर प्रसंगी माघार, प्रसंगी शिरजोरी तर प्रसंगी नरमाई अशा वतनदारांच्या अनेक चाली असत. कऱ्हाडच्या देशमुखीचे हे संपूर्ण प्रकरणच अशा अनेक चालींनी खचून भरले असून, तो एक खास संशोधनाचा विषय आहे. त्याच्या संशोधनातून तत्कालीन अनेक घटना, व्यक्ती व त्यांच्या प्रवृत्ती, राजकीय डावपेच, शत्रू पक्षीयांच्या घालमेली, खऱ्या वतनदारांची कुचंबणा तर खोट्या वतनदारांच्या कारवाया, अशा अनेक गोष्टींवर प्रकाश टाकला जातो.

पुढे काही कालाने म्हणजे सन १७०६ मध्ये गिरजोजीच्या भाऊबंदांनी धनाजीकडे खरेदीचा पैका भरून त्यास विकलेली दहा गावे पुन्हा त्याच्याकडे सुपूर्त केली.[६] आणि अशा प्रकारे कऱ्हाडच्या देशमुखीच्या यादव-जाधव यांच्यामधील 'कथल्या' वर पडदा पडला.

महाराणी ताराबाईंचे राजारामकालीन कर्तृत्व

तथापि या देशमुखीच्या 'कथल्या'च्या संदर्भात महाराणी ताराबाईंच्या राजारामकालीन कर्तृत्वावर थोडाबहुत प्रकाश टाकला जातो. राजाराम महाराजांच्या मृत्यूनंतर मराठी राज्याची धुरा ताराबाईंनी यशस्वीपणे सांभाळून मोगल बादशहाशी ७-८ वर्षे लष्करी संघर्ष केला. हे त्यांचे कर्तृत्व इतिहासात सर्वज्ञात आहे. तथापि त्यांची पतीच्या हयातीमधील कर्तबगारी तशी अज्ञातच आहे. त्या कालात मराठ्यांच्या या राणीची कर्तबगारी शत्रूच्या गोटापर्यंत जाऊन पोहोचली होती. शत्रूचा इतिहासकार खाफीखान म्हणतो –

"ताराबाई ही राजारामाची थोरली बायको होय. ती बुद्धिमान व शहाणी होती. सैन्याची व्यवस्था व राज्यकारभार या बाबतीत नवऱ्याच्या हयातीतच तिचा मोठा लौकिक झाला होता."[७]

पालीच्या डबीच्या वादाच्या संदर्भात ताराबाईंनी दिलेला उपरोक्त निर्णय त्यांच्या प्रशासकीय गुणांचा निदर्शक आहे. राज्याच्या सेनापतीविरुद्ध निकाल देण्याचा कणखरपणा त्यांच्याजवळ होता, हेही यातून स्पष्ट होते. धनाजीच्या कर्तृत्वाच्या मानाने गिरजोजी म्हणजे सामान्य सेवक होता. राज्याला गिरजोजीपेक्षा धनाजीची अधिक गरज होती. असे असता ताराबाईंनी धनाजीच्या रागलोभाची पर्वा न करता गिरजोजीच्या हक्काचे संरक्षण केले.

संदर्भ -

१. ताराबाईकालीन कागदपत्रे खं. १, पृ. ६७, १९०

२. कित्ता, पृ. २४०

३. मराठी कुळांचा इतिहास, भाग १ : जाधव घराण्याची कैफियत, पृ. ५६; ताराबाईकालीन कागदपत्रे, खं. १, पृ. २४०

४. ताराबाईकालीन कागदपत्रे, खं. १, पृ. ४७९

५. कित्ता, पृ. १०६

६. कित्ता, पृ. २३९-२४०

महारणी ताराबाईंच्या मूळ पत्राचा ठसा

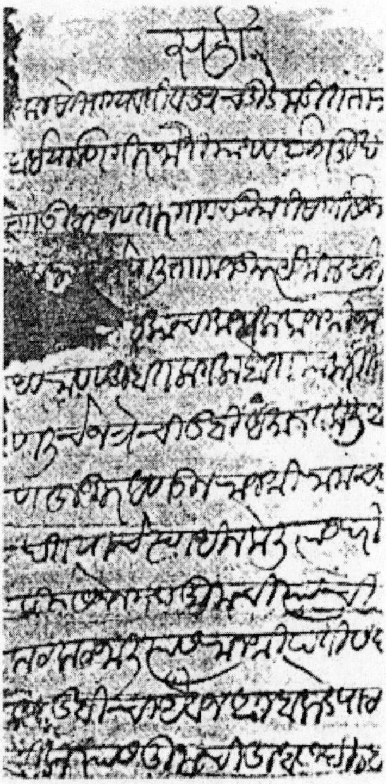

(शिवाजी विद्यापीठ, कोल्हापूर यांच्या सौजन्याने)

धनाजी जाधव–
इतिहासाला कलाटणी देणारा सेनापती

मराठ्यांच्या इतिहासात, विशेषतः शिवशाहीतील छत्रपती शिवाजी महाराज व छत्रपती संभाजी महाराज या प्रसिद्ध पुरुषांनंतर महाराष्ट्रात अगदी सामान्यातल्या सामान्य माणसास कोणाची नावे माहीत असतील तर ती संताजी-धनाजी या जोडगोळी सेनानींची. याचे महत्त्वाचे कारण म्हणजे शिवाजी महाराजांनंतरचा २५ वर्षांचा मराठ्यांचा इतिहास या मराठा सेनानींच्या पराक्रमाने खच्चून भरलेला आहे. या कालात हे दोन सेनानी म्हणजे मराठ्यांच्या पराक्रमाचे, क्षात्रवृत्तीचे मूर्तिमंत प्रतीक बनून राहिले होते.

धनाजी जाधवाचा उदय

शिवाजी महाराजांच्या मृत्यूनंतर संभाजी महाराजांच्या नेतृत्वाखालच्या हिंदवी स्वराज्यावर खुद्द दिल्लीपती औरंगजेब बादशहा आपल्या प्रचंड सेनासमुदायानिशी चालून आला. मराठ्याचे हे राज्य आपण हां हां म्हणता बुडवून टाकू, अशी महत्त्वाकांक्षा बाळगून हल्ल्यापाठीमागून हल्ले करणाऱ्या या बादशहाला संभाजी महाराजांनी हतबल करून टाकले. सतत ८/९ वर्षे मोगलांशी असा संघर्ष चालू असता, संभाजी महाराज अचानकपणे द. कोकणात मोहिमेवर असता शत्रूकडून कैद झाले आणि मग मोगल-मराठा युद्धाचा सर्व रागरंगच बदलून गेला. (सन १६८९)

लवकरच संभाजी महाराजांना मोगली छावणीत बादशाही आज्ञेने हालहाल करून ठार मारले गेले ! मराठ्यांची राजधानी- रायगड, राणी येसूबाई व राजपुत्र शाहूराजे यांच्यासह मोगलांच्या ताब्यात गेली. मराठ्यांनी नवा छत्रपती म्हणून राजाराम महाराजांना घोषित केले खरे, पण त्यांचा महाराष्ट्रात निभाव न लागल्याने त्यांना आपल्या सहकाऱ्यांसह दूर कर्नाटक देशी जिंजी किल्ल्याचा आश्रय घ्यावा लागला. खुद्द छत्रपतींनाच आपले राज्य सोडून परागंदा व्हावे लागल्याचे पाहून

सर्वसामान्य मराठा ठाणेदार-किल्लेदार यांचे अवसान गळाले आणि त्यांनी आपल्या ताब्यात असणारी ठाणी-किल्ले पुढे सरकणाऱ्या शत्रूच्या हाती सोपविले. दक्षिण सह्याद्रीच्या अगदी बिकट प्रदेशातील पन्हाळा-रांगणा-विशाळगड यांसारखे काही किल्ले सोडल्यास मराठ्यांची सर्व भूमी शत्रूने पादाक्रांत केली. शिवप्रभूंचे हिंदवी स्वराज्य एखादा पत्त्यांचा बंगला कोसळावा त्याप्रमाणे कोसळले !

आज अशा परिस्थितीत मराठी राज्य वाचविण्याची जिद्द कोणी बाळगली असेल तर ती छत्रपती राजाराम महाराज व त्यांचे सहकारी- रामचंद्रपंत अमात्य, प्रल्हाद निराजी, शंकरजी नारायण, संताजी घोरपडे, धनाजी जाधव, परशुराम पंडित, बहिर्जी घोरपडे, विठोजी चव्हाण, मानाजी मोरे या कर्तबगार पुरुषांनी. यांपैकी रामचंद्रपंत, शंकरजी नारायण, संताजी आणि धनाजी या चार व्यक्ती महाराष्ट्राच्या राज्यकारभारात मुख्य होत्या. रामचंद्रपंतांकडे तर राजाराम महाराजांनी महाराष्ट्रातील सर्वाधिकार बहाल केले होते.

या चार जणांनी हिंदवी स्वराज्याची ढासळलेली इमारत पुन्हा रचण्यास प्रारंभ केला. मराठ्यांचे नीतिधैर्य त्यांनी सावरून धरले. विस्कटून गेलेल्या फौजा पुन्हा गोळा करून त्यांच्यात जोम व उत्साह उत्पन्न केला. त्या शत्रूशी झुंजू लागल्या. संताजी, धनाजी, मानाजी मोरे, रूपाजी भोसले, बहिर्जी घोरपडे, विठोजी चव्हाण या मराठा सेनानींनी शत्रूने काबीज केलेला मुलूख जिंकून घेण्याचा सपाटा लावला! सर्जाखानासारखे नामवंत मोगल सेनानी मराठ्यांनी कैद करून त्यांच्याकडून लाखलाख होन दंड वसूल करण्यास प्रारंभ केला. हा एक महान चमत्कार होता. दक्षिणेतील राजकीय मंचावर घडणारी ही अद्‌भुत घटना होती. यापूर्वी बादशहाने दक्षिणेतील आदिलशाही व कुतूबशाही अशा दोन शाह्या बुडविल्या होत्या; पण त्यांच्या प्रजाजनांनी असा उठाव केलेला नव्हता!

धनाजी जाधवाचा सेनानी म्हणून उदय झाला तो या असाधारण राष्ट्रीय संकटकालात. यापूर्वी तो मराठी लष्करात होता. पण शिवाजी-संभाजी कालातील त्याची कामगिरी संताजीप्रमाणेच उमेदवारीच्या स्वरूपातील होती. आता राजारामकालात अगदी प्रारंभापासूनच तो मराठ्यांचा एक पराक्रमी सेनानी म्हणून पुढे आला.

स्वातंत्र्ययुद्धकालातील धनाजीची कामगिरी

राजाराम महाराज जिंजीला गेल्यावर त्यांनी महाराष्ट्रातील राज्याचा कारभार रामचंद्रपंत अमात्य व शंकराजी नारायण सचिव या दोन मुत्सद्द्यांवर सोपविला. तसेच पंताच्या हाताखाली संताजीने व शंकरजी नारायणच्या हाताखाली धनाजीने राज्याच्या संरक्षणाची बाजू सांभाळावी, असे ठरवून दिले. या सुमारास म्हणजे सन १६९० मध्ये मराठी राज्याचे सेनापतिपद रिकामे होते; आणि मराठ्यांचे हे दोन

सेनानी सेनापंचसहस्त्रीच्या हुद्द्यावर काम करीत होते. दोघेही या पदाची अपेक्षा बाळगून होते. वास्तविक सेनापतिपद धनाजीस द्यावे, असे राजाराम महाराजांच्या मनात होते. पण पंताने 'ते संताजीस द्यावे'असा आग्रह करून आपले वजन खर्ची घातले. पंतावर महाराजांची खास मर्जी असल्याने त्यांनी त्याचा शब्द मोडला नाही. संताजीची राज्याचा सेनापती म्हणून नेमणूक झाली आणि इथूनच या उभय सेनानींमध्ये एक प्रकारची अंतःस्पर्धा लागून राहिली. (सन १६९१)

संताजी-धनाजी दोघेही सारखेच पराक्रमी. गनिमी काव्याच्या युद्धातील अग्रणी. शिवाजी-संभाजीच्या तालमीत तयार झालेले. बुडालेले मराठी राज्य तरते ठेवण्यासाठी कटिबद्ध झालेले स्वराज्यप्रेमी सेनानी. पण सेनापती म्हणून कुणाची तरी एकाचीच निवड होणार. संताजीची तशी झाली. धनाजी नाराज झाला; पण संतापला नाही अथवा त्याने अविवेक दाखविला नाही. योग्य संधीची तो प्रतीक्षा करीत राहिला!

मराठ्यांच्या स्वातंत्र्ययुद्धातील धनाजीच्या पराक्रमी कारकिर्दीचा संपूर्ण आढावा घेणे हा या ठिकाणी उद्देश नाही. तथापि धनाजीचे मराठी इतिहासातील स्थान समजून घेण्यासाठी त्याच्या पराक्रमाची उंची ध्यानात घेणे आवश्यक आहे.

छत्रपती राजाराम महाराजांचे कर्नाटकात पलायन म्हणजे केवळ जीव वाचविण्याचा उद्योग नव्हता. तो एक लष्करी डावपेचही होता. महाराष्ट्रापासून ५०० मैल दूर अंतरावर मराठी राजधानी स्थापन झाल्यावर ती जिंकून घेण्यासाठी बादशहाला तिकडे आपल्या फौजा पाठवाव्या लागल्या. तेणेकरून महाराष्ट्रावरील मोगली फौजांचा दबाव एकदम कमी झाला. दुसरे असे की मराठ्यांचा राजा इतक्या लांबवर जाऊन बसल्यावर त्याच्या दर्शनासाठी मराठी सरदार सुसैन्य कर्नाटकात जाऊ लागले, स्वाभाविकच त्यांना दक्षिणेत मोहिमांसाठी विस्तीर्ण कार्यक्षेत्र मिळाले. संताजी-धनाजी यांनी तर आपल्या झंझावाती मोहिमांनी नाशिकपासून जिंजी-तंजावरपर्यंत मोठी धामधूम माजविली. ठिकठिकाणच्या मोगल अंमलदारांना पराभूत करून, प्रसंगी कैद करून, त्यांच्याकडून त्यांनी लक्षावधी होनांची दंडवसुली आरंभिली. मराठी फौजा चालून येत आहेत असे समजताच, मोगली अंमलदार आपणहून खंडणीच्या रकमा तयार ठेवू लागले!

मराठी सत्तेचा असा उत्कर्ष होत असता दुर्दैवाने मराठ्यांच्या या दोन सेनानींत कार्याचा समन्वय होऊ शकला नाही. दोघांची दिले एकमेकांविषयी कधीच साफ राहिली नाहीत. त्यातच संताजीचे खुद्द राजाराम महाराजांशी जिंजीच्या दरबारात वितुष्ट आले आणि महाराजांनी संताजीस सेनापतीपदावरून दूर करून त्याच्या जागी धनाजीस नेमल्याचे जाहीर केले – (मे-जून १६९६). मोगलांना कर्दनकाळ ठरलेला हा रणशूर सेनापती आता मराठी राज्यातील बंडखोर ठरला. नव्या सेनापतीच्या फौजा पदच्युत सेनापतीच्या पारिपत्यासाठी त्याच्यामागे धावल्या. पुढचा सगळा इतिहास

म्हणजे मराठ्यांच्या इतिहासातील मोठी शोकान्तिका आहे. धनाजीकडून पराभूत झाल्यावर महाराष्ट्रात वणवण फिरत असता महादेवाच्या डोंगरात मोगलांना सामील झालेल्या म्हसवडच्या नागोजी मान्यांकडून संताजी मारला गेला – (जुलै १६९७).

संताजीच्या शोकान्तिकेस धनाजी जबाबदार नव्हता. नियतीने त्याच्यावर टाकलेली सेनापतिपदाची जबाबदारी धनाजीने मोठ्या कर्तव्यनिष्ठेने पार पाडली. जिंजीहून राजाराम महाराज महाराष्ट्रात आल्यावर त्यांच्या मृत्यूपर्यंत (स. १६९८-१७०० मार्च) धनाजीने मोगल फौजांशी अनेक धावपळीच्या लढाया देऊन त्यांना घायकुतीस आणले. पुढे महाराणी ताराबाई या मराठी राज्याच्या प्रमुखपदी आल्या. त्यांच्या कारकिर्दीतही धनाजीने आपल्या लष्करी मोहिमा गुजरातेतील बडोद्यापासून धारवाड-कारवारपर्यंत चालूच ठेवल्या. मोगलांची अनेक नगरे मारली. अनेक शत्रूसेनानी कैद करून आणले. खुद्द बादशाही छावणीवरही हल्ले चढविले. बादशहास हवालदिल करून टाकले. इतके की एकदा धनाजीशी लढणाऱ्या आपल्या सरदारांचे रक्षण व्हावे म्हणून त्याला त्यांच्याकडे खास मंतरलेले ताईत पाठवून द्यावे लागले! (फेब्रु. १७०६).[१] अशा धनाजीच्या पराक्रमाच्या कथा किती सांगाव्यात!

धनाजीची स्वभावप्रकृती

संताजी-धनाजी या जोडगोळीपैकी संताजी हा मुळातच तापट व आग्रही स्वभावाचा होता. शिस्तीचा तो कमालीचा भोक्ता होता. प्रसंगी आपल्या पराक्रमाचा दिमाख दाखविणारा होता. इतका की त्याने जिंजीत खुद्द छत्रपतींनाही आपल्या दिमाखाने व उद्दाम वृत्तीने दुखावले. याच्या बरोबर उलट धनाजीची स्वभावप्रकृती होती. तो शांत, अनाग्रही व शिस्तीच्या बाबतीत ढिला होता. शिवाजी - संभाजीकालातील लष्करी शिस्तीचे दिवस मागे पडले असून, परिस्थिती बदललेली आहे याचे भान धनाजीस होते. तसे ते संताजीस नव्हते. त्यामुळे क्षुल्लक अपराधाबद्दलही तो माणसांना हत्तीच्या पायी देत असे, अशी खाफीखानाची साक्ष आहे. खाफीखान हा मोगलांच्या गोटातील इतिहासकार. पण त्याच्याही कानावर संताजी-धनाजीच्या स्वभावाच्या कथा गेल्या होत्या. तो सांगतो की- खानदानी मराठे सरदार संताजीपेक्षा धनाजीस (त्याच्या स्वभावामुळे) अधिक मान देतात; धनाजीचे इतर मराठा सरदारांशीच नव्हे, तर मोगल सरदारांशीही चांगले व शिष्टपणाचे संबंध आहेत.[२] स्वकीयच नव्हे, तर शत्रूच्या सरदारांशीही शिष्टाचाराने वागणारा हा मराठ्यांचा सेनानी मराठी माणसाच्या सुसंस्कृतपणाचा आदर्श मानावयास हवा!

राजाराम महाराज हे अत्यंत मनमिळावू स्वभावाचे व सौम्य प्रकृतीचे राज्यकर्ते होते. पण त्यांच्यानंतरच्या ताराबाई या आग्रही व आक्रमक स्वभावाच्या राज्यकर्त्या म्हणून प्रसिद्धीस पावल्या. राज्यकारभार त्यांनी पाहिलाच; शिवाय मोगलांशी चाललेल्या

संघर्षात त्यांनी 'सैन्याच्या नेतृत्वाचे आणि मोहिमांच्या व्यवस्थेचे गुण प्रकर्षाने प्रकट' केल्याचे खाफीखान लिहितो.[३]

आपण राज्यकर्ते आहोत; राज्यकर्त्याने हुकमत गाजवावयाची असते; कुणाची हुकमत स्वीकारावयाची नसते, असा त्यांचा बाणा होता. काळ बदलला आहे, याचे भान संताजीप्रमाणे ताराबाईंना राहिलेले नव्हते. त्यामुळे रामचंद्रपंत अमात्यासारख्या राजसेवकांना ताराबाईंची हुकमत जाचक वाटल्यास नवल नव्हते. धनाजीसही ती वाटत होती. पण राज्यकर्त्यासमोर केव्हा माघार घ्यावी आणि केव्हा राज्यकर्त्याच्या अडचणीचा फायदा घ्यावा, याची जाण धनाजीकडे जेवढी होती, तेवढी इतर कुणाकडे नव्हती. तो केवळ निष्णात शिपाईगडी नव्हता, तर तो उत्तम मुत्सद्दीपण होता. जेव्हा खुद्द छत्रपती घराण्यातच यादवी सुरू झाली, तेव्हा त्याच्या मुत्सद्देगिरीचा खरा कस लागला. भल्याभल्यांची सत्त्वपरीक्षा पाहणारा हा मराठी इतिहासातील क्षण होता. हा क्षण केव्हा तरी येणार, याचा निश्चित अंदाज धनाजीस होताच. अशा वेळी काय करायचे याचेही गणित त्याने मनाशी मांडले होते.

छत्रपती घराण्यातील यादवी

२० फेब्रुवारी १७०७ रोजी औरंगजेब बादशहा अहमदनगरी आपल्या छावणीत पैगंबरवासी झाला; त्याबरोबर मराठ्यांशी चालू असलेले मोगलांचे २७ वर्षांचे युद्ध थांबले. त्याचा द्वितीय पुत्र आझमशहाने स्वतःला बादशहा म्हणून घोषित करून आपल्या वडीलभावाच्या पाडावासाठी उत्तरेकडे कूच केले. मार्गात शाहूराजाने मोठ्या खटपटीने आपली सुटका करून घेतली; मोगलांनी शाहूराजास मुक्त केले तरी त्याच्या आईस ओलीस म्हणून ठेवून घेतले. मोगली कैदेतून सुटून येणारा शाहूराजा 'खरा' असल्याची खात्री होताच मार्गात त्यास परसोजी भोसले, नेमाजी शिंदे, अमृतराव कदमबांडे असे अनेक सरदार आपल्या सैन्यासह येऊन मिळाले. अशा सरदारांना बरोबर घेऊन, प्रसंग पडल्यास ताराबाईंशी लष्करी संघर्ष करण्याच्या इराद्याने शाहूराजा अहमदनगरहून पुढे सरकून भीमा नदीच्या काठी खेडवर छावणी करून राहिला – (ऑक्टो. १७०७).

शाहूराजांच्या स्वराज्यातील आगमनाने मराठी राजकारणाचे रंगच पालटले ! स्वराज्याचा ज्येष्ठ वारसदार या नात्याने राज्य आपल्या स्वाधीन करावे, ताराबाईंनी फार तर सल्लागार म्हणून राहावे, अशी त्यांनी मागणी केली. ही मागणी धुडकावून लावताना ताराबाईंनी पुकारा केला– कुणाचे राज्य? कोण मागतो? थोरल्या महाराजांनी स्थापन केलेले राज्य संभाजीराजांनी संपविले ! हे राज्य राजाराम महाराजांनी निर्माण केले आहे, आणि मी ते गेली ७/८ वर्षे शत्रूपासून सुरक्षित राखले आहे. अशा राज्यावर हक्क सांगण्याचा शाहूराजाचा अधिकारच काय?

अशा परिस्थितीत छत्रपती घराण्यात दुही व संघर्ष हा अटळ ठरला होता. शाहूराजांस काही मोजके सरदार येऊन मिळाले असले तरी इतरांनी आपल्या पायाशी रुजू व्हावे, म्हणून त्यांचे प्रयत्न चालू होते. आहे ती वतने, जहागिऱ्या चालवूच, पण त्याहीपेक्षा मानमरातब दिला जाईल, अशी प्रलोभने शाहूराजांच्या वतीने मराठी सरदारांना व प्रधानांना दाखविली जात होती. सरदारमंडळींत चलबिचल उत्पन्न झाली होती. ताराबाईंच्या कारभारामुळे व कडक धोरणामुळे दुखावलेल्या सरदार आणि वतनदार यांना तर ही नामी संधी चालून आली आहे, असे वाटत होते. काहींना नव्या राजवटीत आपला भाग्योदयही दिसत होता !

ताराबाई या वेळी पन्हाळा-विशाळगड प्रांतात होत्या. या सुमारास मराठी राजकारणात रामचंद्रपंत, शंकरजी नारायण, परशुराम पंडित प्रतिनिधी, खंडो बल्लाळ, धनाजी जाधव, खंडेराव दाभाडे, सिधोजी घोरपडे इत्यादी प्रमुख व्यक्ती होत्या. याशिवाय राज्यात अनेक ठिकाणचे वतनदार व सरदार फौजबंद होते. त्या सर्वांमध्ये आता दुफळी पडणार हे निश्चित होते. अशा वेळी त्यांनी शाहूराजांच्या अज्ञापत्रांशी इतबार न राखता आपल्या पायाशी एकनिष्ठ राहावे, शाहूराजांशी अनुसंधान राखल्यास मुलाहिजा होणार नाही, अशा तंबीची हुकूमपत्रे ताराबाईंनी रवाना केली होती.[४] याशिवाय आपल्याजवळ जे प्रधान व सरदार होते त्यांना दरबारात बोलावून दूधभाताच्या ताटावर 'आपण शिवाजीराजांशी (ताराबाईपुत्र) एकनिष्ठ राहू.' अशा आणाभाका घेऊन ताराबाईंनी सर्व वरिष्ठ मंडळींवर एकप्रकारचा नैतिक दबाव निर्माण केला होता. रियासतकार सरदेसाई म्हणतात, ''ताराबाईने सर्व प्रमुखांकडून दूधभातावर हात ठेवून राजनिष्ठेच्या शपथा घेवविल्या. कित्येकांनी साफ दिलाने आणाभाक घेतली, तर कित्येकांनी कपट पोटात ठेविले.''[५] पुढे जो प्रकार घडून आला त्यावरून स्पष्ट होते की धनाजी व खंडो बल्लाळ यांनी 'कपट पोटात' ठेवून शपथा घेतल्या होत्या !

खेडवर छावणी करून राहिलेल्या शाहूराजांशी मुकाबला करण्यासाठी ताराबाईंनी आपल्या फौजा सेनापती धनाजी जाधव व परशुराम पंडित प्रतिनिधी यांच्या नेतृत्वाखाली धाडल्या. खुद्द ताराबाईंनी फौजेचे नेतृत्व केले असते, तर खेडच्या मैदानावर मसलत घडली ती कदाचित घडलीही नसती. पण त्यांचा आपल्या सेनापतीच्या एकनिष्ठेवर व पराक्रमावर पूर्ण भरवसा असावा. तो चुकीचाही नव्हता. केवळ लष्करी बलाबलाचा विचार होता, तर ताराबाईंचा विजय निश्चित होता. पण तसे घडणार नव्हते.

भीमेच्या अलीकडील तीरावर ताराबाईंच्या फौजांची छावणी पडली होती. उभय फौजा समोरासमोर छावणी करून उभ्या ठाकल्या. लढाईच्या आदल्या रात्री सेनापती धनाजी जाधवच्या राहुटीत त्याच्या समवेत खंडो बल्लाळ, बाळाजी विश्वनाथ, नारो राम व अंबाजी पुरंदरे यांची एक गुप्त बैठक होऊन एक महत्त्वाची मसलत ठरली. धनाजीने शाहूराजा हाच खरा राज्याचा वारसदार आहे हे मान्य केले आणि होऊ

घातलेल्या लढाईत आपण मनापासून लढणार नाही. योग्य समय येताच शाहूराजांच्या दर्शनास येऊ असे आश्वासन दिले. खंडो बल्लाळने शाहूराजांच्या छावणीत जाऊन धनाजीशी पक्की मसलत झाल्याची खबर पोहोचती केली.[६] धनाजीच्या राहुटीत शिजलेल्या या मसलतीची बातमी इतकी गुप्त राखली गेली की त्याच्या बरोबरीच्या परशुराम पंडितास तिची खबर लागली नाही! परशुराम पंडिताप्रमाणे ताराबाईंशी खरे एकनिष्ठ असणारे खंडोजी दाभाड्यासारखे अन्य सेनानीही अंधारात राहिले.

दुसरे दिवशी लढाईस तोंड फुटले आणि ताराबाईंच्या फौजांची दाणादाण उडाली ! प्रतिनिधीचा जबर पराभव होऊन त्यास पळ काढावा लागला. खंडोजी दाभाडे कैद झाला – (१२ ऑक्टो. १७०७). चिटणीस बखर या लढाईचे वर्णन करताना म्हणते – "महाराज लढाईस सिद्ध जाले. धनाजी जाधव व प्रतिनिधी चाल करून आले. परसोजी भोसले व चिमणाजी दामोदर यांनी घोडे चालवून लढाई केली. महाराजांनी चालून घेतले. प्रतिनिधी वगैरेचा मोड होऊन पळून गेले. त्यांचे दहा-पाच हजार स्वार सापडले. सेनापतींनी आपले विचारातील सर्वांस घेऊन घोड्यावरून उतरून मुजरे करून भेटले. महाराजांनी खेडच्या मैदानी मुक्काम केला. लोकांनी कामे केली त्यांस बहुमान बक्षीस दिल्हे. दुसऱ्या दिवशी सेनापतीच्या भेटी सन्माने करून जाल्या. सुमुहूर्तावर सेनापतीस पदाची वस्त्रे व बहुमान दिला. खंडो बल्लाळ यासही चिटणीसी वस्त्रे दिली."[७]

खेडच्या लढाईत रणमैदानावर ज्या फौजांचे नेतृत्व धनाजीने केले, त्यांचा पराभव होताच त्याने प्रतिस्पर्धी फौजेच्या नायकास मुजरा करावा, ही मराठ्यांच्या इतिहासातील नाट्यमय घटना होती ! ताराबाईंचा हा सेनापती रणांगणावर पाय रोवून निष्ठेने लढता तर शाहूराजास विजय मिळणे अवघड होते. याचा अर्थ खेडच्या लढाईचा निर्णय ना ताराबाईंच्या हाती ना शाहूराजांच्या हाती होता. तो सेनापती धनाजी जाधवाच्या हाती होता. सारांश, इतिहासाला कलाटणी देणारा निर्णय धनाजी घेणार होता, आणि तशी कलाटणी देऊन त्याने इतिहासाचा प्रवाह शाहूराजांच्या बाजूने वळविला होता. हिंदुस्थानातील इंग्रजी साम्राज्याच्या इतिहासात प्लासीच्या लढाईला जसे महत्त्व आहे, तसे मराठ्यांच्या इतिहासात खेडच्या लढाईस आहे!

खेडच्या विजयानंतर शाहूराजे आपल्या फौजा घेऊन पुणे प्रांतातील ठाणी-किल्ले काबीज करीत साताऱ्याच्या पायथ्याशी आले; आणि सातारा काबीज करून गडावरील परशुराम पंडितास त्यांनी कैद केले. लवकरच त्यांनी स्वतःला राज्याभिषेक करवून घेऊन अष्टप्रधानांच्या नेमणुका केल्या आणि पन्हाळा प्रांती असलेल्या ताराबाईंच्या पारिपत्यासाठी ते मोहिमेवर रवाना झाले – (मार्च-जुलै १७०८). या सुमारास धनाजी पुणे-जुन्नर प्रांतात मोहिमेवर होता. ही मोहीम संपवून शाहूराजांच्या भेटीस पन्हाळ प्रांताकडे येत असता वारणा नदीच्या काठी वडगाव येथे मराठ्यांचा

हा महान सेनानी स्वर्गवासी झाला – (जुलै १७०८).

धनाजीने शाहूराजांच्या बाजूने डौल का दिला?

खेडच्या रणमैदानावर मराठी राज्याच्या सेनापतीने घेतलेला निर्णय हा त्याचा स्वामिद्रोह की स्वामिसेवा असा प्रश्न निर्माण होतो. या प्रश्नाचे उत्तर इतिहासकार स्वराज्याचा वारसदार कोणाला मानतात यावर अवलंबून आहे. ताराबाईपुत्र शिवाजीराजे हेच खरे वारसदार मानले तर धनाजीचे हे कृत्य निःसंशय स्वामिद्रोहाचे व विश्वासघाताचे ठरते. पण शाहूराजे हे स्वराज्याचे खरे वारसदार मानल्यास धनाजीची कामगिरी स्वामिसेवेची व तत्त्वनिष्ठेची ठरते. मराठा इतिहासातील हे वादग्रस्त स्थळ आहे!

खंडो बल्लाळ, बाळाजी विश्वनाथ इत्यादी मंडळींनी धनाजीचे परिवर्तन केले व शाहूराजे हेच खरे स्वराज्याचे धनी आहेत हे त्याच्या मनावर बिंबवले हा इतिहासकारांचा अन्वयार्थ भाबडा आहे;[८] अथवा खुद्द ताराबाईंनी पुढे धनाजीपुत्र चंद्रसेन यास आपल्या पक्षात ओढण्यासाठी जे पत्र लिहिले आहे त्यात म्हटले आहे की सेनापती जाधवरावास (धनाजीस) ''विपरीतकालवशे एक प्रकारे मोह प्राप्त झाला होता'', हेही खरे नाही. धनाजी हा मातब्बर सेनानी व मुत्सद्दी आहे. शिवाजी महाराजांपासूनच्या कारकिर्दी त्याने अनुभवलेल्या आहेत. मराठी राजकारणात तो मुरलेला राजकारणी आहे. त्यास कोणी खंडो बल्लाळ अथवा बाळाजी विश्वनाथाने मसलत सांगावी आणि त्यात त्यास ओढावे असा काही प्रसंग घडला असेल असे वाटत नाही.

राज्यावर शाहूराजांचाच खरा हक्क आहे, ही गोष्ट धनाजीस मनोमन पटत असल्याने खेडच्या लढाईत त्याने शाहूराजांच्या बाजूने डौल दिला व त्यात त्याचे नैतिकदृष्ट्या काही चुकले नाही, असे त्याच्या बाजूने प्रतिपादन करता येईल. पण शाहूराजांच्या बाजूने डौल देण्यात केवळ ही एकच गोष्ट कारणीभूत झाली असावी, असे तत्कालीन ऐतिहासिक कागदपत्रे तपासत असता वाटत नाही. धनाजीचा हा निर्णय गतकालातील राजकारणाशी बांधला गेला होता. राज्यकर्त्या राणीशी- ताराबाईंशी- त्यांचे संबंध ताणले गेले असावेत, अशी खात्री होण्याइतका पुरावा हाती लागतो. ताराबाई-धनाजी यांच्यामधील दुरावा राजाराम महाराजांच्या हयातीतच उत्पन्न झाला होता. खेडच्या मैदानावरील धनाजीचे कृत्य या दुराव्याचे अंतिम फलित होते.

राजारामकालीन एक घटना आहे. सातारा जिल्ह्यातील पालीच्या खंडोबाच्या यात्रेच्या ऐवजाविषयी (डबीविषयी) गिरजोजी यादव व धनाजी जाधव या दोघांमध्ये खटला उत्पन्न झाला. गिरजोजी हा राजपरिवाराच्या खास विश्वासातील अधिकारी (अंतःपुराचा सरहवालदार). ताराबाईंनी या भांडणात हस्तक्षेप करून गिरजोजीच्या बाजूने निकाल दिला.[९] राज्याच्या सेनापतीला या निर्णयामुळे माघार घ्यावी लागली.

दुसरी घटना आहे खुद्द ताराबाईंच्या कारकिर्दीतील. राजाराम महाराजांनी गिरजोजी

यादवास कऱ्हाड परगण्यात काही तर्फांची देशमुखी बहाल केली होती. गिरजोजीच्या काही भाऊबंदांनी या देशमुखीपैकी १० गावे धनाजी जाधवास विकली. परिणामी गिरजोजी-धनाजीमध्ये पुन्हा बखेडा उत्पन्न झाला. ताराबाईंनी त्या भाऊबंदांना ती १० गावे धनाजीकडून परत घेऊन गिरजोजीस देण्यास भाग पाडले![१०] इथेही ताराबाईंचा निर्णय धनाजीच्या विरोधात गेला. ही गावे परत करण्याच्या बाबतीत धनाजीने खळखळ केल्याची कागदोपत्री नोंद नाही. प्राप्त परिस्थितीशी मिळते घेऊन अनुकूल संधीची तो प्रतीक्षा करीत राहिला, असे दिसते. ही घटना खेडच्या लढाईपूर्वी बरोबर एक वर्ष घडून आली होती.

दोन्ही घटना वरवर साध्या दिसत असल्या तरी ताराबाई-धनाजी संबंधाच्या दृष्टीने महत्त्वाच्या आहेत. राज्यकर्त्या या नात्याने ताराबाईंचे निर्णय योग्य असतीलही; पण त्यामुळे सेनापतीच्या मनात दुरावा निर्माण झाल्याची शक्यता नाकारता येणार नाही. किंबहुना या घटना त्या दुराव्याचे प्रतीक तर नसाव्यात ना, अशी शंका येण्याइतपत जागा आहे.

राजाराम महाराज जात्याच सौम्य प्रकृतीचे होते. पण ताराबाई या स्वभावतःच हिकमती व हुकमती प्रवृत्तीच्या होत्या. राजारामकालात रामचंद्रपंत अमात्य, धनाजी जाधव इत्यादी मंडळींना बरेच कृतिस्वातंत्र्य होते. पंताने तर राजाराम महाराजांच्या जिंजीवासाच्या कालात महाराष्ट्रात स्वराज्याचा सर्वाधिकारी म्हणून काम पाहिले होते. धनाजीस मोहिमांचे सर्व प्रकारचे स्वातंत्र्य होते. अशा प्रकारे एके काळी हुकमत गाजविण्याची सवय झालेल्या या कर्तबगार मंडळींना नव्या राजवटीत एका महत्त्वाकांक्षी राणीच्या हुकमतीखाली राहणे थोडे क्लेशदायक व मानसिकदृष्ट्या त्रासाचे ठरत असावे. राजाराम महाराजांच्या मृत्यूनंतर अशा समान विचाराच्या मंडळींचा एक गट कळत न कळत ताराबाईंच्या विरोधात तयार झाला होता. राजारामकालात ही मंडळी छत्रपतींच्या खास विश्वासातील समजली गेली होती. पण नव्या राजवटीत यांची जागा आता परशुरामपंडित प्रतिनिधी, शंकरजी नारायण, सिधोजी व पिरोजी घोरपडे, गिरजोजी यादव या मंडळींनी घेतली होती.

रामचंद्रपंत-धनाजी जाधव यांच्या गोटात मोगली कैदेत असणाऱ्या शाहूराजांविषयी अधिक आस्था व सहानुभूती आहे; किंबहुना ते शाहूराजांसच स्वराज्याचा खरा धनी मानतात, असा ताराबाईंना संशय होता. पुढे हा संशय बळावत गेला. राजाराम महाराजांच्या मृत्यूनंतर ताराबाईंनी आपल्या पुत्रास मुंज व राज्याभिषेक करण्याचा इरादा प्रकट केल्यावर त्यांस पंताने– आता मुंजीची गडबड का? शाहूराजे मोगली कैदेत आहेत. ते लवकरच सुटून येतील तेव्हा उभय राजकुमारांच्या मुंजी एकाच वेळी करू. शाहूराजास राज्याभिषेक होईल व शिवाजीराजे युवराजपद सांभाळतील– असा अभिप्राय दिला. यावर ताराबाई संतापाने उद्‌गारल्या – "शाहूराजे धनी आणि

शिवाजीराजे चोर आहेत असा याचा अर्थ नाही! शिवाजीराजांची मुंज अगत्यमेव मला कर्तव्य!''[११]

ही चिटणीस बखरीने दिलेली कथा अक्षरशः खरी असेल नसेल, पण त्यातून एक गोष्ट स्पष्ट होते की शाहूराजांची जोवर सुटका होत नाही तोवर ताराबाईंनी आपल्या पुत्रास राज्याभिषेक करू नये, अशी पंतांची व त्याच्या साथीदारांची इच्छा होती. अर्थातच ताराबाईंसारख्या महत्त्वाकांक्षी स्त्रीस हे न रुचणारे होते.

या सर्व पार्श्वभूमीवर खेडच्या रणमैदानावरील धनाजीचा निर्णय तपासून पाहिला पाहिजे. धनाजीचा हा निर्णय अचानक झालेल्या मतपरिवर्तनातून उद्भवलेला नाही अथवा ताराबाई म्हणतात त्याप्रमाणे "विपरीत कालवशे मोहप्राप्तीतून" उत्पन्न झालेला नाही. धनाजीसारख्या सेनापतीने अत्यंत शांत डोक्याने विचारपूर्वक उचललेले हे पाऊल होते. या वेळी ताराबाईंनी धनाजीबरोबर रामचंद्रपंत अमात्याला खेडवर पाठविले असते तर तोही खचितच शाहूराजास मिळाला असता. हुकमती ताराबाईंपेक्षा मवाळ व सौजन्यशील शाहूराजा राज्यकर्ता म्हणून केव्हाही त्यांना अधिक श्रेयस्कर वाटत होता.

दुसरे असे की रामचंद्रपंत व धनाजी यांनी ताराबाईंशी एकनिष्ठ राहून खेडवर लढाई केली असती तर ताराबाईंकडून त्यांचे कौतुक झाले, फार तर मानसन्मान झाला असता, पण राज्यकर्त्या म्हणून त्या या सेवकांच्या उपकाराखाली राहिल्या नसत्या; कारण राज्याचे सेवक म्हणून त्यांनी आपले कर्तव्य बजावले, असेच त्यांना वाटत राहिले असते. पण शाहूराजांच्या बाबतीत तसे नव्हते. खेडच्या लढाईवर त्यांचे राज्याचे धनीपण ठरणार होते. ही लढाई त्यांचे भवितव्य ठरविणारी होती. अशा परिस्थितीत पंत अथवा धनाजी यांनी त्यांना मिळणे हा त्यांच्यावर मोठा उपकार ठरणार होता. इथे भावी राज्यकर्ता- छत्रपतीच- या सेवकांचा कायमचा उपकृत राहणार होता. परिणामी शाहूराजांकडे जाण्यात या सेवकांना आपले उज्ज्वल भविष्य दिसत होते. त्यांच्या शब्दाला नव्या छत्रपतींच्या दरबारात अधिक मान व प्रतिष्ठा मिळणार होती. त्यांना तिथे अधिक कृतिस्वातंत्र्य मिळणार होते. असे कृतिस्वातंत्र्य घेण्याची संधी धनाजीस खेडच्या रणमैदानावर मिळाली. रामचंद्रपंतास ती मिळाली नाही एवढेच. पण पंतांच्या मनात शाहूराजांविषयीचे आकर्षण मात्र कायम राहिले.

खेडच्या लढाईच्या प्रसंगी धनाजीच्या मनात कोणतेही विचार असोत, पण त्या विचारांनी मराठी राज्याच्या इतिहासाला कलाटणी मिळाली, हे नाकबूल करता येणार नाही. मराठी राज्यातील आणीबाणीच्या प्रसंगी सेनापतीच्या 'डौला'ने राजकीय परिस्थितीला कलाटणी मिळण्याचा हा दुसरा प्रसंग होता. यापूर्वी एकदा असेच सेनापतीच्या निर्णयास महत्त्व आले होते. शिवाजी महाराजांच्या निधनानंतर अण्णाजी दत्तो, मोरोपंत पिंगळे, बाळाजी आवजी व प्रल्हाद निराजी यांनी संभाजीराजांविरुद्ध

घडवून आणलेल्या मसलतीस शह देऊन सेनापती हंबीरराव मोहित्याने राजांच्या बाजूने डौल दिला होता आणि इतिहासाचा प्रवाह बदलला होता. त्यानंतर २८ वर्षांनी राज्याच्या दुसऱ्या एका सेनापतीने इतिहासाची अशी पुनरावृत्ती केली होती!

संदर्भ-

१. मराठे व औरंगजेब, पृ. १३७
२. मराठ्यांचे स्वातंत्र्ययुद्ध, पृ. ३७
३. कित्ता, पृ. ४९
४. करवीर रियासत, पृ. ८५-८६
५. मराठी रियासत- ३ : पेशवा बाळाजी विश्वनाथ, पृ. ४४
६. ही गोष्ट खुद्द शाहूराजांनी पुढे खंडो बल्लाळचा पुत्र जिवाजी खंडेराव यास दिलेल्या इनामपत्रात नमूद केली आहे. – सनदपत्रांतील माहिती, पृ. २१८- २१९
७. मराठी रियासत-३ : पेशवा बाळाजी विश्वनाथ, पृ. ४६
८. करवीर रियासत, पृ. ९३: New History of the Marathas, Vol. II. p. 21
९. ताराबाईकालीन कागदपत्रे, खं. १, पृ. १०६
१०. कित्ता, पृ. २३९-२४०.
११. चिटणीसविरचित छत्रपती राजाराम महाराज यांची बखर, पृ. ७०

मराठेशाहीतील एकमेव रक्तहीन राज्यक्रांती

शिवछत्रपतींनी स्थापन केलेल्या 'हिंदवी स्वराज्याचे' संरक्षण त्यांच्या निधनानंतर छत्रपती संभाजी महाराज, छत्रपती राजाराम महाराज आणि महाराणी ताराबाई या तीन मराठी राज्यकर्त्यांनी केले. औरंगजेब बादशहाविरुद्धचा हा लढा तब्बल २५-२६ वर्षे दक्षिणेत चालू होता. या लढ्यातील महाराणी ताराबाईंची कामगिरी महाराष्ट्राच्याच नव्हे, तर हिंदुस्थानच्या इतिहासात महनीय ठरावी, अशी झाली. २५-२६ वर्षांच्या एका तरुण विधवा राणीने आशिया खंडातील एका बलाढ्य अनुभवी अशा सम्राटाशी ५-६ वर्षे लष्करी संघर्ष करावा, ही काही सामान्य गोष्ट नाही.

औरंगजेब १७०७ मध्ये मृत्यू पावला; आणि दक्षिणेतील सर्व राजकीय चित्रच पालटले. त्याचा पुत्र शहाजादा आझमशहा याने स्वतःला बादशहा म्हणून घोषित करून लगेच उत्तरेकडेससैन्य कूच केले. या वेळी त्याच्या छावणीत संभाजी महाराजांच्या राणी येसुबाई व त्यांचे पुत्र शाहूराजे बंदी म्हणून होते. नर्मदा पार केल्यावर आझमशहाने शाहूराजांस मुक्त करून दक्षिणेत जाण्याची परवानगी दिली. शाहूराजे महाराष्ट्रात येताच मराठ्यांच्या बाजूवर यादवीयुद्ध सुरू झाले. ताराबाईंचा पक्ष व शाहूराजांचा पक्ष अशा उभय पक्षी एकमेकांवर डाव उलटविण्याचा उद्योग सुरू झाला. शेवटी खेडच्या रणमैदानावर उभय पक्षांची सैन्ये एकमेकांसमोर उभी ठाकली असता, ताराबाईंच्या सेनापतीनेच- धनाजी जाधवानेच – त्यांना दगा देऊन शाहूराजांचा पक्ष धरला आणि ताराबाईंचा प्रचंड पराभव झाला!

त्यानंतर शाहूराजांनी पुढे होऊन राजधानीचा किल्ला सातारा जिंकला. तत्पूर्वीच ताराबाई सातारा सोडून पन्हाळगडावर आल्या होत्या. साताऱ्यावर आपला राज्याभिषेक करून शाहूराजांनी पन्हाळा प्रांती ताराबाईंच्यावर मोहीम काढली. त्यांच्या ताब्यात असणारे पन्हाळा, विशाळगड, रांगणा आदी किल्ले त्यांनी काबीज केले. तेव्हा ताराबाई आपले पुत्र शिवाजीराजे यांच्यासह मालवणच्या सिंधुदुर्ग किल्ल्यावर गेल्या. पण शाहूराजांनी ही मोहीम आवरती घेऊन साताऱ्याकडे कूच केल्यावर ताराबाईंनी

त्यांनी जिंकलेले पन्हाळा प्रांतीचे सर्व किल्ले पुन्हा काबीज केले. लवकरच वारणेच्या उत्तरेस शाहूराजांचा अंमल व दक्षिणेस ताराबाईंचा अंमल अशी सर्वसाधारणपणे परिस्थिती निर्माण झाली. वारणेच्या दक्षिणेकडील मराठी राज्य कोल्हापूरचे अथवा करवीरचे राज्य म्हणून ओळखले जाऊ लागले. कालौघात ताराबाई इतिहासात 'करवीर राज्य संस्थापिका' म्हणून प्रसिद्धी पावल्या.

अशा प्रकारे मराठी राज्याची शकले पडून दोन राज्ये अस्तित्वात आली. ताराबाई या शाहूराजांपेक्षा कितीतरी पटींनी अनुभवी व राजकारणधुरंधर होत्या. त्यांनी आपल्या पुतण्याकडून झालेली हार सहजासहजी स्वीकारली नाही. त्यांनी शाहूराजांचा खुद्द सेनापती चंद्रसेन जाधव यासारखी मातब्बर असामी व दमाजी थोरात, शहाजी निंबाळकर यांसारखे प्रसिद्ध सरदार आपल्या बाजूला वळवून शाहूराजांवर बाजी उलटविण्याचा मोठा प्रयत्न केला; पण दुर्दैवाने त्यात त्या यशस्वी झाल्या नाहीत. दरम्यान शाहूराजांकडून फुटून आलेली मंडळी दक्षिणेतील नवा मोगल सुभेदार निजाम उलमुल्क याला जाऊन मिळाली आणि त्यामुळे ताराबाईंचा पक्ष आणखी कमकुवत बनला – (सन १७१२-१७१३). फेब्रुवारी १७१४ मध्ये सागरावर सत्ता गाजविणारा मराठ्यांचा सरदार सरखेल कान्होजी आंग्रे याला ताराबाईंच्या पक्षातून फोडून शाहूराजांच्या गोटात आणण्यात नूतन पेशवा बाळाजी विश्वनाथ यशस्वी ठरला. त्यामुळे ताराबाईंच्या बाजूला आणखी एक मोठा धक्का बसला.

पन्हाळ्यावरील राजवाड्यातील राज्यक्रांती

या पार्श्वभूमीवर सन १७१४ मध्ये करवीर राज्यात पन्हाळगडावर एक अभूतपूर्व राज्यक्रांती घडून आली. ती म्हणजे त्या राज्यातील काही अधिकाऱ्यांनी ताराबाई व त्यांचे पुत्र यांना पदच्युत करून त्यांना बंदीत घातले आणि ताराबाईंच्या सवत राजसबाई यांच्या संभाजीराजे या पुत्रास गादीवर बसविले ! करवीर राज्यातील ही क्रांती मराठेशाहीतील 'राजवाड्यातील रक्तहीन क्रांती' म्हणून ओळखली जाते.

ही राज्यक्रांती निश्चितपणे कोणत्या तारखेस झाली, हे इतिहासाला ज्ञात नाही. पंत अमात्य बावडा दप्तरामध्ये करवीरकर छत्रपतींची कागदपत्रे प्रसिद्ध झालेली आहेत. त्यामध्ये ताराबाईपुत्र शिवाजीराजे यांचे शेवटचे पत्र ११ जुलै १७१४ चे होते व संभाजीराजांचे पहिले पत्र १४ ऑक्टोबर १७१४ चे होते. त्यावरून इतिहासकारांनी ही क्रांती ११ जुलै ते १४ ऑक्टोबर १७१४ या दरम्यानच्या कालखंडात झाली, असे गृहीत धरले होते.

पुढे शिवाजी विद्यापीठाच्या वतीने सुप्रसिद्ध इतिहाससंशोधक डॉ. अप्पासाहेब पवार यांनी सन १९६९ मध्ये 'ताराबाईकालीन कागदपत्रां'चा पहिला खंड प्रकाशित केला. त्यामध्ये शिवाजीराजे यांचे शेवटचे पत्र २ ऑगस्ट १७१४ चे व संभाजीराजांचे

पहिले पत्र २५ सप्टेंबर १७१४ चे प्रसिद्ध झाले.[२] त्यामुळे बावडा दप्तरातील उपरोक्त पत्रांतील ९४ दिवसांचे अंतर कमी होऊन ते ५३ दिवसांवर आले आहे.

करवीर राज्यात घडून आलेली ही राजवाड्यातील क्रांती म्हणजे सामान्य घटना नव्हती. ताराबाईंसारख्या प्रत्यक्ष औरंगजेब बादशहाशी लढलेल्या शूर स्त्रीची सत्ताच्युती त्यांच्याच पदरच्या सरदारांनी केली, या घटनेची नोंद तत्कालीन कोणत्याच कागदपत्रांत मिळत नाही, हे एक मोठे आश्चर्यच आहे! आमच्या पूर्वजांची इतिहासाबद्दल किती अनास्था होती, यावर ही बाब लख्ख प्रकाश टाकते.

या राज्यक्रांतीचा कर्ताकरविता कोण?

या राज्यक्रांतीनंतर बरोबर ३२ वर्षांनी ताराबाईंनी सातारच्या मुक्कामाहून तमाम मराठी सरकारकुनांना (प्रधानांना) व सरदारांना एक जाहीर पत्रक काढलेले आहे. त्यामध्ये पन्डाळगडी असता आपणास व आपल्या पुत्रास कोणी पदच्युत केले, याचा गौप्यस्फोट त्यांनी केला आहे. ताराबाई त्यात म्हणतात, "कालपरत्वे आमचा प्रसंग विस्कळित होऊन चिरंजीव राजश्री संभाजी राजे व राजसबाई याणी गिरजोजी यादव व अंताजी त्रिमल व लोक खासकेल गडकरी व तुळोजी सितोळे यांसी पुढे करून किले पनाळा येथे चिरंजीव संभाजी राजे यांसी राज्यपदास बैसविले. आम्हास संकटी घातले."[३]

पत्रकात नावे घेतलेली माणसे तर एके काळी ताराबाईंच्या खास विश्वासातील होती. राजाराम महाराजांच्या काळात तर गिरजोजी यादव हा अंतःपुराचा सरहवालदार होता. ताराबाईंच्या काळात तो त्यांचा 'दिवाण' होता.[४] या सुमाराचा म्हणजे १७१६ चा एक कागद उपलब्ध झाला आहे. त्यात तुळोजी शितोळ याचा उल्लेख "तुलोजी सितोले विश्वासराऊ नामजाद किले मजकूर' (म्हणजे पन्हाळा) असा आढळतो.[५] यावरून हा पन्हाळागडाचा किल्लेदार म्हणजे राजधानीचा मुख्य अधिकारी होता, हे स्पष्ट होते. अंताजी त्रिमलचाही उल्लेख तत्कालीन कागदपत्रांत "सरदेशपांडे क ॥ हवेली प्रांत कोल्हापूर," असा येतो.[६] म्हणजे तोही एक प्रतिष्ठित वतनदार व राजदरबाराशी संबंधित इसम आहे.

ज्यांनी ही राज्यक्रांती घडवून आणली, त्यांच्या नावांचा स्पष्ट उल्लेख जरी ताराबाईंच्या पत्रकात असला तरी तेवढीच मंडळी कटात सामील होती अगर तीच प्रमुख होती, असे मानणे इतिहासाला धरून होणार नाही. कारण या वेळी करवीर राज्यातील प्रधानांत व सरदारांत सर्वश्रेष्ठ, अनुभवी, मुत्सद्दी अशी एकमेव व्यक्ती होती आणि ती म्हणजे हुकमतपन्नहा रामचंद्रपंत अमात्य! रामचंद्रपंतांच्या सल्ल्याशिवाय, नव्हे त्याच्या पुढारीपणाशिवाय, पन्हाळगडावर एवढी मोठी उलथापालथ होऊ शकत नव्हती. कितीही झाले तरी गिरजोजी, अंताजी त्रिमल, शिवाजी शितोळे ही मंडळी

दुय्यम, तिय्यम दर्जाचे अधिकारी होते. रामचंद्रपंतांच्या पाठिंब्याशिवाय त्यांनी असे धाडस करणे अवघड होते.

सुदैवाने या गुंतागुंतीच्या प्रकरणावर बराचसा प्रकाश टाकणारा पुरावा पोर्तुगीज कागदपत्रांत उपलब्ध झाला आहे.

रामचंद्रपताचे पोर्तुगीज व्हाइसरॉयकडून अभिनंदन

ही राज्यक्रांती झाल्यावर काही दिवसांनीच रामचंद्रपंत अमात्याने तिची खबर गोव्याच्या पोर्तुगीज व्हाइसरॉयकडे पत्राने दिली होती. हे पत्र मिळाल्यानंतर व्हाइसरॉयने ११ डिसेंबर १७१४ रोजी गोव्याहून पंतास अभिनंदनाचे पत्र पाठविले. ते पत्र असे आहे –

'संभाजीराजे यांचे सरकार रामचंद्र पंडित अमात्य यांस –

आपले उत्तर मिळाले. फार आनंद झाला. आपल्याविषयी व आपल्या स्नेहाविषयी मला नेहमीच कौतुक वाटत आले आहे. मला आपणाला कळवावयाचे आहे की, मी आपणाला अभिनंदनपर पत्र लिहिले त्याच वेळी आपणाला मी नजराणा पाठविणार होतो. परंतु संशय होता म्हणून तो पाठविला नाही. आता संशय फिटला आहे. माझी अशी समजूत आहे की या यशाबद्दल मला जो आनंद झाला तो केवळ आपणाशी असलेल्या स्नेहामुळे नसून, चांगले राजकारण व मैत्री यामुळेही आहे, याची आपणास जाणीव आहे.'[७]

या पत्राचा बारकाईने अभ्यास केला तर असे दिसून येते, की करवीर राज्यातील क्रांतीची बातमी प्रथम व्हाइसरॉयच्या कानावर पडली त्या वेळी त्याने पंतास फक्त अभिनंदनाचे पत्र पाठविले होते, संशय असल्याने नजराणा पाठविला नव्हता. आता या दुसऱ्या अभिनंदनाच्या पत्राबरोबर त्याने नजराणा पाठविला असावा. नजराण्याची गोष्ट बाजूला ठेवली तरी या क्रांतीत पंतांचे पुढारपण होते, हे स्पष्ट सिद्ध करणारा हा पुरावा आहे. त्याबद्दल शंका घेण्याचे काही कारण नाही.

'करवीर रियासत' या करवीर राज्याच्या इतिहासाचे लेखक स. मा. गर्गे यांनीही "या सत्तांतराच्या घटनेमागे रामचंद्रपंतांचा प्रमुख भाग होता," असे मान्य केले आहे.[८]

मग ताराबाई पंताचे नाव का घेत नाहीत?

या क्रांतीच्या मागे जर रामचंद्रपंत अमात्याचा मुख्य सहभाग होता, तर मग ताराबाईंनी आपल्या पत्रकात त्यांच्या नावाचा निर्देश का केला नाही, असा एक स्वाभाविक प्रश्न उपस्थित होतो. या प्रश्नाचे उत्तर तत्कालीन परिस्थितीमध्ये दडलेले आहे.

पन्हाळगडावर संभाजीराजांनी ताराबाई व शिवाजीराजे यांना नजरबंदीत ठेवले होते. अशा बंदिवासात शिवाजीराजांना एक पुत्र झाला. ताराबाईंनी त्याचे नाव

'रामराजा' असे ठेवले. परंतु त्याच्या जिवाला धोका आहे, असे ओळखून त्यांनी या मुलाची रवानगी रामचंद्रपंत अमात्यांचे चिरंजीव भगवंतराव अमात्य यांच्याकडे गुप्तपणे केली. रामराजे भगवंतरावांच्या संरक्षणाखालीच लहानाचे मोठे झाले. पुढे त्यांच्या अस्तित्वाची बाहेर उमज पडताच त्यांनी त्यांची रवानगी ताराबाईंची नात दर्याबाई निंबाळकर हिच्याकडे पानगावी केली. रामराजे तेथे वेषांतर करून राहू लागले.

दरम्यानच्या काळात शाहू महाराज व संभाजीराजे यांच्यात वारणेची लढाई होऊन त्यात संभाजीराजांचा पराभव झाला. त्या वेळी ताराबाई या पन्हाळगडावरील बंदिवासातून सुटून साताऱ्यास शाहू महाराजांकडे आल्या – (सन १७३०). येथून पुढे त्यांचा मुक्काम साताऱ्याच्या किल्ल्यावरच राहिला. सन १९४५ मध्ये शाहू महाराजांच्या वारसाचा (दत्तकाचा) प्रश्न उपस्थित झाल्यावर ताराबाईंनी त्यांची भेट घेऊन आपला नातू पानगावी असल्याचे सांगून त्यालाच वारस म्हणून स्वीकारावे, असा आग्रह धरला. शाहू महाराजांना आपल्या घराण्यातीलच मुलगा वारस म्हणून मिळाल्याचा आनंद झाला; पण ते ताराबाईंवर विश्वास ठेवावयास तयार नव्हते. ज्या भगवंतराव अमात्याच्या घरी रामराजे वाढले, त्यांची साक्ष त्यांना हवी होती. तेव्हा त्यांनी भगवंतरावास साताऱ्यास बोलावून त्याच्याकडून कृष्णेच्या जलाची शपथ घेऊन रामराजाच्या खरेखोटेपणाविषयी साक्ष वदवून घेतली.

हे सर्व प्रकरण चालू असता रामराजाची कुळकथा सर्व मराठा प्रधान व सरदार यांना माहीत व्हावी, म्हणून उपरिनिर्दिष्ट पत्रक ताराबाईंनी काढले होते. अशा पत्रकामध्ये भगवंतरावांच्या पित्याच्या– म्हणजे रामचंद्रपंताच्या– नावाचा उल्लेख न करण्याइतका सुज्ञपणा ताराबाईंच्याकडे खात्रीनेच होता. आणि म्हणूनच त्या पत्रकामध्ये ताराबाईंनी पंताचे नाव घेतलेले नाही.

रामचंद्रपंताचा हेतू तरी काय असावा?

करवीर रियासतकार गर्गे यांनी हा प्रश्न उपस्थित करून त्याचा सविस्तर ऊहापोह आपल्या ग्रंथात केला आहे. असे करीत असता त्यांनी रामचंद्रपंताने जे केले ते करवीर राज्याच्या दृष्टीने उपकारकच ठरले, असा निष्कर्ष काढला आहे. ते लिहितात,

''सत्तांतराच्या अगोदर जी परिस्थिती निर्माण झाली होती त्या परिस्थितीत पंतांसारख्या मुत्सद्द्यापुढे दोन मार्ग शिल्लक होते : एक म्हणजे जे घडत होते ते तसेच घडू देणे व जमल्यास आपण स्वतःही या किंवा त्या पक्षात सामील होणे आणि दुसरा म्हणजे या परिस्थितीतून बाहेर पडण्यासाठी सत्तांतर घडवून आणणे. जे घडत होते तसेच घडू दिले असते तर राज्याची दुर्बलता अधिक वाढली असती. आणि मग शाहू किंवा निजाम या दोघांपैकी कोणीतरी करवीरचे राज्य आपल्या

छत्राखाली ओढून नेले असते. खुद्द रामचंद्रपंत त्या वेळी शाहू किंवा निजाम यांपैकी एखाद्या पक्षाला सामील झाले असते तर करवीरची गादी टिकणेही कठीण होते. कारण ती टिकवून ठेवण्यासाठी लागणारे मनुष्यबळ ताराबाईंजवळ उरले नव्हते. त्यांना विश्वासाचा वाटावा असा एकही मोठा सरदार करवीरच्या राज्यात राहिला नव्हता. ज्याच्यावर विसंबून राहावे असा सेनाधिकारीही ताराबाईंजवळ नव्हता. सर्व जण शाहू किंवा निजाम यांच्याकडे निघून गेले होते. ही स्थिती करवीर राज्याच्या स्वतंत्र अस्तित्वालाच धोका पोहोचविणारी होती. रामचंद्रपंतांपुढे एका अर्थाने फार मोठे धर्मसंकट उभे होते. त्यातून करवीर राज्याचे रक्षण करण्यासाठी पंतांना सत्तांतर घडवून आणण्याखेरीज दुसरा पर्याय उरलेला दिसत नाही.

"सत्तांतरांची अंतर्गत व बाह्य कारणे लक्षात घेतल्यानंतर रामचंद्रपंतांनी जे केले ते करवीर राज्याच्या दृष्टीने उपकारकच ठरले असे म्हटले पाहिजे. राज्याचे रक्षण करण्यासाठी सत्तांतर घडवून आणणे त्यांना भाग पडले. त्यात रामचंद्रपंतांचा स्वार्थ शोधूनही काही सापडत नाही. कारण सत्तांतर घडवून आणण्यामागे पंतांचा स्वार्थी हेतू होता असे म्हणावे तर, संभाजी राजे यांना करवीर राज्याच्या गादीवर बसविल्यानंतर दोनच वर्षांनी पंतांनी स्वेच्छेने सर्व सत्ता आणि अधिकार सोडला हेही पुढच्या इतिहासावरून दिसते.

"पंतांना सत्तेवरून घालवून देणारी त्या वेळी तरी करवीर राज्यात कोणतीही शक्ती नव्हती. अशा स्थितीत संभाजी राजे यांच्या सत्तेचा जम बसल्यानंतर पंत स्वतःच अधिकारपदावरून दूर झाले. यावरून सत्तांतर घडविण्यामागे त्यांनी स्वत:साठी काही साध्य केले असे म्हणता येत नाही. परिस्थिती सावरण्यासाठी त्यांनी छत्रपतींच्या दुसऱ्या मुलाला गादीवर बसविले. पंतांच्या शौर्याला, मुत्सद्देगिरीला आणि परिपक्व अनुभवाला शोभेल असेच त्यांचे ते कृत्य होते."[१]

गर्गे यांनी रामचंद्रपंतांच्या कृत्याचे मोठेच उदात्तीकरण केले असून, पंताने अत्यंत निःस्वार्थ बुद्धीने हे सत्तांतर घडवून आणले, असे म्हटले आहे.

स्वातंत्र्ययुद्धाच्या कालखंडात, विशेषतः राजाराम महाराजांच्या कारकिर्दीत, रामचंद्रपंताने जे स्वराज्यरक्षणाचे कार्य केले, ते वादातीत आहे. स्वराज्याच्या कारभाराचा सर्व भार रामचंद्रपंत व शंकराजी नारायण सचिव यांच्यावर सोपवून राजाराम महाराज जिंजीकडे गेले आणि त्यांच्या अनुपस्थितीत पंताने व शंकराजीने मोठ्या एकनिष्ठेने व हिमतीने औरंगजेबाशी सामना केला. पण ही कामगिरी करत असता पंताने स्वार्थबुद्धी त्यागली होती, असे दिसत नाही. आपल्या सुप्रसिद्ध 'आज्ञापत्र' नावाच्या राजनीतीपर ग्रंथात पंताने "यवोदरप्रमाण भूमी तेही इनाम देऊ नये," असे राज्याच्या कल्याणाचे सूत्र सांगितले असले तरी राजाराम महाराज व ताराबाई यांच्या कारकिर्दीत त्याने त्यांच्याकडून आपणास व आपल्या कुटुंबीयांना

खंडीभर इनामे व वतने बहाल करून घेतल्याचे बावडा दप्तरांत व अन्यत्र प्रसिद्ध झालेली कागदपत्रे सांगतात.

हे खरे की चंद्रसेन जाधव, कान्होजी आंग्रे यांसारख्या मातब्बर सरदारांनी ताराबाईंची साथ सोडल्यामुळे त्यांची बाजू कमकुवत झाली. परंतु त्यामुळे करवीर राज्याचे अस्तित्वच धोक्यात आले होते, हे गर्गे यांचे विधान पटण्यासारखे नाही. ज्या ताराबाईंनी स्वराज्यातील सातारा, परळी, पन्हाळा, विशाळगड, सिंहगड, राजगड यांसारख्ये बलदंड किल्ले औरंगजेबाने घेतले असतानाही त्याच्याशी लढा दिला व स्वराज्याचे अस्तित्व टिकवून धरले, त्या ताराबाईंना शाहू महाराजांसारख्या प्रतिस्पर्ध्यांशी लढताना कायमची हार पत्करावी लागली असती असे नाही. मुळात शाहू महाराजांना करवीर राज्य नष्ट करण्याची इच्छा नसताना त्यांनी ते आता कमकुवत झाले आहे म्हणून गिळंकृत केले असते, असे म्हणणेही इतिहासाला धरून होणार नाही.

करवीर राज्याची निर्मिती ही सर्वस्वी ताराबाईंची कर्तबगारी होती. अशा राज्याच्या अस्तित्वाची काळजी ताराबाईंच्या पेक्षा त्यांच्या दरबारातील पंतासच अधिक होती, असे म्हणणे ताराबाईंवर अन्याय करणारे होईल. आणि खरोखरच पंतास करवीर राज्याच्या अस्तित्वाची इतकी काळजी वाटत होती, तर ते राज्य सोडून शाहू महाराजांच्या राज्यात जाण्याचा विचार त्याने कसा काय चालविला होता? या सुमाराचा शाहू महाराज व पंत यांच्या दरम्यान झालेल्या एका गुप्त कराराचा कागद डॉ. अप्पासाहेब पवार यांनी प्रसिद्ध केला आहे. त्यात पंताकडे असणारी सर्व वतने, इनामे, मोकासे पूर्ववत चालविण्याचे आश्वासन शाहू महाराजांनी दिलेले आहे.

हा कागद १७११-१२ च्या सुमाराचा आहे. या कराराप्रमाणे रामचंद्रपंत शाहू महाराजांकडे जाणारच होता; पण पुढे लगेच फेब्रुवारी १७१३ मध्ये शाहू महाराजांनी बाळाजी विश्वनाथास पेशवाई दिल्याने त्याच्या मार्गात अडसर निर्माण झाला. कान्होजी आंग्रेसारख्या बलाढ्य आरमारी सरदारास बाळाजीने शाहू महाराजांच्या बाजूस वळविल्याने तर त्याचे दरबारात एकदम महत्त्व वाढले होते. या पार्श्वभूमीवर तिथे आपला फारसा प्रभाव पडणार नाही, हे ओळखून पंत स्वस्थ राहिला आणि त्याने ताराबाईंचीच सत्ता उलथून टाकण्याचा घाट घातला. तेव्हा पंताच्या या कामाचा गौरव त्याच्या 'शौर्याला, मुत्सद्देगिराला व परिपक्व अनुभवाला शोभेल असेच त्याचे हे कृत्य होते,' असे जे विधान गर्गे यांनी केलेले आहे, त्याच्याशी सहमत होणे इतिहास अभ्यासकांना अवघड जाईल, असे वाटते.

पंतांच्या या कार्याची तरफदारी करीत असता गर्गे यांनी आणखी एक अनैतिहासिक विधान केले आहे. ते असे की 'हे सत्तांतर घडवून आणण्यामागे पंताचा स्वार्थी हेतू होता असे म्हणावे तर संभाजी राजे यांना करवीर राज्याच्या गादीवर बसविल्यानंतर दोनच वर्षांनी पंतानी स्वेच्छेने सर्व सत्ता व अधिकार सोडला.'

गर्गे यांचे विधान खरे मानावे तर त्याच ग्रंथात पुढच्याच प्रकरणात ते पंताच्या मृत्यूची तारीख फेब्रुवारी-मार्च १७१६ दरम्यानची देतात.[११] म्हणजे राज्यक्रांतीनंतरची दोन वर्षांच्या आतलीच ही तारीख येते! अशा परिस्थितीत गर्गे यांच्या उपरोक्त विधानाला काय अर्थ राहतो?

मग पंताचा हेतू तरी काय असावा? या प्रश्नाचे उत्तर शेवटी तर्कानेच द्यावे लागते. आमच्या मते ताराबाई व पंत या दोन्हीही व्यक्ती स्वतंत्र कर्तबगारीच्या, निग्रही व राजकारणी होत्या. राजाराम महाराज जात्याच सौम्य प्रकृतीचे असल्याने पंताला त्यांच्या काळात जे कृतिस्वातंत्र्य व अधिकार मिळाला होता, तसा ताराबाईंच्या काळात मिळाला नाही. ताराबाई या स्वभावाने करारी व काहीशा हट्टी होत्या, हे इतिहासप्रसिद्धच आहे. तेव्हा एके काळी 'हुकमतपन्हा' म्हणून सर्व राज्यावर अधिकार चालविलेल्या पंताची त्यांच्या कारकिर्दीत आपण बाजूस पडत चाललो आहोत, अशी भावना होणे स्वाभाविक होते. विशेषतः शाहू महाराजांची बाजू सोडून चंद्रसेन जाधव जेव्हा ताराबाईंच्या बाजूवर आला, तेव्हा त्याचा करवीर दरबारात होणारा उदो उदो पंतास सहन झाला नसणार, हे उघड आहे. मनोमन दुखावलेल्या पंताने मग ताराबाईंनाच सत्ताच्युत करण्याचा निर्णय घेतला. याशिवाय अन्य कोणता तर्क संभवतो, असे वाटत नाही.

संभाजी राजांचे निजामास पत्र

ही क्रांती झाल्यावर करवीर राज्याच्या सिंहासनावर संभाजी राजे आरूढ झाले. काही दिवसानी त्यांनी या घटनेची माहिती निजामास पत्राद्वारा कळविली. त्यात त्यांनी म्हटले आहे –

"आपले ज्येष्ठ बंधू शिवाजी राजे यांचा जुलूम व छळ यांची परिणती राज्याच्या विनाशात झाली असती. जेव्हा प्रजेची दैना वाढतच गेली तेव्हा शिवाजीराजांचे हितचिंतक आणि राजमंडळातील प्रमुख लोक त्यांना सोडून गेले. त्याचे कारण हे की, त्यांच्याभोवती संधिसाधूंचा व स्तुतिपाठकांचा गरडा पडल्यामुळे त्यांच्या हितचिंतकांचा त्यांच्यापर्यंत प्रवेश होऊ शकत नव्हता. या हितचिंतकांत जसे मोठे मुत्सद्दी होते तसेच सेनाधिकारीही होते. प्रजारक्षण हे माझ्या घराण्याचे प्रमुख ध्येय असल्याने काही विश्वासू मुत्सद्यांच्या अनुमतीने मी राज्यावर यायला तयार झालो. सांप्रत मी राज्यकारभारात सुव्यवस्था प्रस्थापित करण्यात गुंतलो असून, त्यात मी बव्हंशी यशस्वी झालो आहे."[१२]

संभाजीराजांनी शिवाजीराजांची म्हणजे ताराबाईंची राजवट जुलमी व प्रजेची छळवणूक करणारी होती, असे म्हटले आहे, हे मनुष्य स्वभावास धरूनच आहे. आपल्या पूर्वीच्या सत्ताधाऱ्यास पदच्युत करून त्याचे स्थान मिळविणारा पदच्युत

झालेल्या सत्ताधाऱ्याबद्दल कौतुकाचे व गौरवाचे उल्लेख कसा काढेल? आज लोकशाही युगातही एका पक्षाची राजवट जाऊन दुसऱ्या पक्षाची राजवट आली की नव्याने सत्ताधारी बनलेला पक्ष पूर्वीच्या राजवटीने राज्याचे म्हणजे लोकांचे केवढे नुकसान केले, याचा पाढा वाचण्यातच कित्येक दिवस वाया घालवीत असतो ! तेव्हा संभाजीराजांनी ताराबाईंच्या राजवटीस दूषणे देणे, यात आश्चर्य वाटण्यासारखे काही नाही.

तत्कालीन वस्तुस्थिती काय होती, खरोखरच प्रजेचा छळ होत होता का, याविषयी गर्गे यांनी या विषयाचे विवेचन करीत असता तत्कालीन पत्रांच्या आधारे पुढील भाष्य केले आहे. ते लिहितात,

"शिवाजीराजे पन्हाळ्याला राज्य करू लागल्यापासून जेमतेम तीन-चार वर्षांतच त्यांचा कारभार आटोपला. त्या वेळेचे त्यांचे वय लक्षात घेता खऱ्या अर्थाने कारभाराची सर्व सूत्रे ताराबाईच पाहत असाव्यात, हे स्पष्ट आहे. त्या तीन-चार वर्षांतील सर्व पत्रव्यवहार आणि आज्ञापत्रे मात्र शिवाजीराजे यांच्याच नावाने कटाक्षाने देण्यात येत होती. त्या अवधीतील जी पत्रे उपलब्ध आहेत, त्या पत्रांत रयतेकडून जमीनधाऱ्यासंबंधी आलेल्या तक्रारींची यथायोग्य दखल शिवाजीराजे यांनी घेतली. एवढेच नव्हे, तर लढ्यांसारख्या प्रकरणांनी शेतीची जी नासधूस झाली ती लक्षात घेऊन, शिवाजीराजे यांनी रयतेस महसुलाच्या बाकीची माफी केल्याचे या पत्रात नमूद केले आहे."

"रयत कष्ट-कामास लावणे या परीस रयतेस कोणी जेवण तूप कोंबडे मागू नये, वेठबिगारीचा तगादा देऊ नये, ऐसी आज्ञा केली आहे." हा उल्लेख तत्कालीन परिस्थितीच्या संदर्भात अभ्यासनीय आहे. त्याचप्रमाणे, "धामधुमीमुळे रयतेचे सारे पीक जाऊन नागवण बसते याकरिता रयत देशांतरास चालली आहे. तरी स्वामींनी पूर्वील धारा मोकरार करून अभय दिले पाहिजे," अशी रयतेची मागणी लक्षात घेऊन जमीनधाऱ्यात सुधारणा केल्याचे आणि रयतेचे समाधान झाले पाहिजे, अशा अर्थाचे पत्रही त्या धामधुमीच्या काळाच्या संदर्भात महत्त्वाचे वाटते. सामान्यतः ऐतिहासिक काळातील सामाजिक व आर्थिक परिस्थितीची कल्पना देणारी पत्रे फार कमी सापडतात. म्हणून तर शिवाजीराजे यांच्या कारकिर्दीतील अशा पत्रांचे वैशिष्ट्य अधिकच जाणवते."[१३]

तेव्हा खरोखरच संभाजीराजे म्हणतात त्याप्रमाणे ताराबाई प्रजाजनांवर जुलूम करीत होत्या की त्यांच्या कल्याणाची काळजी वाहत होत्या, हे तत्कालीन कागदपत्रांवरूनच स्पष्ट होते.

असे असले तरी ताराबाईंच्या विरोधात त्यांच्याच सेवकांनी कट करून त्यांना सत्ताच्युत करावे, या मराठेशाहीतील रहस्यमय घटनेचा अन्वयार्थ तर्काशिवाय लागू शकत नाही. औरंगजेबाचा चरित्रकार खाफीखानाने म्हटले आहे की पतीच्या हयातीतच ताराबाईंचा लौकिक दक्षिणेत विलक्षण धामधूम उडविणारी, मोहिमांची संयोजन करणारी, सैन्याचे नेतृत्व करणारी एक कर्तबगार व बुद्धिमान स्त्री म्हणून झाला होता.[१४]

देवदत्त नावाच्या एका मराठी कवीने तर ताराबाईंचे वर्णन –

दिल्ली झाली दीनवाणी
दिल्लीशाचे गेले पाणी
ताराबाई रामराणी
भद्रकाली कोपली ॥

असे केलेले आढळते.

खुद्द ताराबाईंच्या पत्रव्यवहारात सरदारांना लढण्यास प्रोत्साहित करत असता 'औरंगजेबाचा हिसाब न धरण्याची' आणि 'त्याला नतिजा पावविण्याची' भाषा आढळून येते.[१६]

या उपलब्ध कागदोपत्रीच्या पुराव्यावरून ताराबाईंच्या एकूण व्यक्तिमत्त्वाची थोडी अंधुकशी का होईना पण आपण कल्पना करू शकतो. तत्कालीन पत्रव्यवहारांतून एका करारी, निग्रही, धाडसी, पराक्रमी, हिकमती, हुकमती व हिम्मतबाज स्त्रीची प्रतिमा साकारते. अशा स्त्रीच्या हाताखाली काम करणे ही सामान्य गोष्ट नसावी. ताराबाईंच्या व्यक्तिमत्त्वामध्ये आणखीही काही छटा दिसतात. आपलेच म्हणणे खरे करणे, प्रधानांचा सल्ला प्रसंगी धुडकावून लावणे, मर्जीतील सेवकांवर कृपादृष्टी करताना इतर कुणाचाही मुलाहिजा न बाळगणे, सेवकांची एकनिष्ठा कायमची गृहीत धरून त्यांच्यावर नको तितका विश्वास टाकणे, असे त्यांच्या स्वभावाचे विविध कंगोरे त्यांच्या चरित्रातून दिसून येतात. हे कंगोरे अभ्यासकाला नजरेआड करता येणार नाहीत.

नाही तर रामचंद्रपंतच नव्हे, तर गिरजोजी यादवासारखा राजाराम महाराजांच्या अंतःपुराचा सरहवालदार असणाऱ्या, ताराबाईंच्या खास विश्वासातील एकनिष्ठ सेवक त्यांची सत्ता उलथून टाकण्याच्या कटात सहभागी होतो, या गोष्टीचा अर्थ काय समजायचा ?

हा गिरजोजी एके काळी ताराबाईंच्या इतका मर्जीतला होता की राजाराम काळात प्रत्यक्ष सेनापती धनाजी जाधव याच्या विरोधात जाऊन एका वतनाच्या खटल्यात त्यांनी गिरजोजीच्या बाजूने निकाल दिला होता![१५] या निकालाने गिरजोजी

सुखावला गेला, पण राज्याचा सेनापती दुखावला गेला त्याचे काय? याच धनाजीने या निकालाची किंमत ताराबाईंना खेडच्या लढाईत मोजावयास लावली !

धनाजीपुत्र चंद्रसेन शाहू महाराजांकडे सेनापती म्हणून होता. त्याला वश करून ताराबाईंनी आपल्या बाजूला आणले आणि त्याच्यावर कृपेचा वर्षाव केला. पण हे करीत असता रामचंद्रपंतासारख्या अनुभवी मुत्सद्द्यास करवीर दरबारात आपणास गौणत्व मिळते आहे असे वाटले असावे. परिणामी पंत दुखावला गेला आणि त्याची किंमत पंताने पन्हाळगडावरील राज्यक्रांतीत ताराबाईंना द्यावयास भाग पाडली !

मराठेशाहीत दोन महान व्यक्तींच्या आयुष्याची शोकांतिका घडून आली. पहिली व्यक्ती म्हणजे सेनापती संताजी घोरपडे व दुसरी महाराणी ताराबाई. दोघांनीही आपल्या पराक्रमाच्या जोरावर औरंगजेबासारख्या बलाढ्य शत्रूशी दोन हात करून त्याला 'दहशत' बसविली. पण दोघांनीही आपले सहकारी दुखावले आणि अशा दुखावलेल्या सहकाऱ्यांनीच त्यांचा बळी घेतला, हीच इतिहासाची साक्ष आहे!

(टीप - सन १९६९ मध्ये पुण्याच्या डेक्कन कॉलेजमध्ये राष्ट्रीय स्वरूपाचा Maratha History Seminar भरला होता. त्या ठिकाणी वाचलेल्या The Palace Revolution of 1714 In The Kolhapur State या शोधनिबंधाचा हा सुधारित अनुवाद आहे.)

संदर्भ -

१. पंत अमात्य बावडा दप्तर, भाग १, पृ. १६५-१६६
२. ताराबाईकालीन कागदपत्रे, खंड १, पृ. ४१६-४२३
३. मराठ्यांच्या इतिहासाची साधने, खंड ८, पृ. १६९
४. कित्ता, खंड १५, पृ. १८, ताराबाईकालीन कागदपत्रे, खं. १, पृ. ४७४
५. ताराबाईकालीन कागदपत्रे, खंड १, पृ. ४६०
६. कित्ता, खंड २, पृ. १४०
७. कित्ता, खंड २, पृ. ४२७-४२८
८. करवीर रियासत, (तिसरी आवृत्ती) पृ. १४५
९. कित्ता, पृ. १४६-१४७
१०. ताराबाईकालीन कागदपत्रे, खंड १, पृ. ३९३-३९८
११. करवीर रियासत, पृ. १५२
१२. Tarabai Papers, p.155
१३. करवीर रियासत, पृ. १४७-१४८
१४. महाराणी ताराबाई, पृ. ६८
१५. ताराबाईकालीन कागदपत्रे, खंड १, पृ. ८
१६. मराठ्यांच्या इतिहासाची साधने, खंड १७, पृ. ३९-४०

◆

महाराणी जिजाबाई आणि पेशवे माधवराव

करवीर राज्य

मराठ्यांच्या इतिहासात छत्रपती घराण्यातील चार स्त्रिया प्रामुख्याने चमकल्या. शिवाजी महाराजांची माता जिजाबाई, संभाजी महाराजांची राणी येसूबाई, राजाराम महाराजांची राणी ताराबाई आणि दुसऱ्या संभाजी महाराजांची चौथी राणी जिजाबाई अशा त्या होत. आपला पुत्र सार्वभौम राजा– छत्रपती झाला, हे पाहण्याचे भाग्य जिजाबाईंना लाभले; येसूबाईंना आपल्या पतीच्या कारकिर्दीत राज्यकारभारात सहभागी होण्याची संधी मिळाली; परंतु त्यांच्या ऐन उमेदीची वर्षे मोगली कैदेत गेल्याने त्यांच्या कर्तृत्वाला दैवानेच वाव दिला नाही. ताराबाईंवर परिस्थितीनेच जबर आव्हान लादले आणि त्या आव्हानाचा स्वीकार करून, त्या मराठ्यांच्या इतिहासात 'भद्रकाली' म्हणून अमर झाल्या आणि शेवटी दुसऱ्या संभाजी महाराजांची राणी जिजाबाई यांनी आपल्या पतीच्या कारकिर्दीतच राज्याचा आटोप करावयास प्रारंभ करून, पुढे पतिनिधनानंतर करवीर राज्याचे संरक्षण केले. या चारही स्त्रिया वेगवेगळ्या राजकीय परिस्थितीत पुढे आल्या. पहिल्या तिघींच्या वेळी मराठी राज्याला प्रामुख्याने यवनी आक्रमणाला तोंड द्यावे लागले, तर दुसऱ्या जिजाबाईंच्या वेळी मराठ्यांच्या राज्याची घटनाच बदलून गेली होती : सातारा व करवीर अशा दोन राजघराण्यांची स्थापना होऊन वारणेच्या तहाने या दुहीवर शिक्कामोर्तब झाले होते. साताऱ्याच्या घराण्यात शाहू असेतोपर्यंत राजसत्ता नांदत होती, नव्हे शाहूंच्या हयातीतच ती पेशव्यांच्या हातात जाऊ लागली होती. पुढे ताराबाई -रामराजा प्रकरणामुळे छत्रपतींच्या स्थानाचे महत्त्व, दरारा व अधिकार संपूर्ण नष्ट झाला; पेशवे मराठी राज्याचे सर्वसत्ताधीश बनले; मालक बनले आणि त्यांच्या अधिकाराखाली सर्व मराठे सरदार वावरू लागले.

अशा पूर्णपणे बदललेल्या परिस्थितीत करवीर राज्य आपले अस्तित्व सांभाळून

होते. संभाजी राजांनी निजाम वगैरेकडे राजकारण लावून शाहूराजांना शह देण्याचा मध्यंतरी प्रयत्न करून पाहिला. तथापि तो बाजीराव पेशव्यांच्या लष्करी कामगिरीमुळे यशस्वी झाला नाही. संभाजीराजांच्या कारकिर्दीत त्यांच्या अंगी कर्तबगारी नसल्याने करवीर राज्याची वाढ होऊ शकली नाही. सन १७३१ च्या वारणेच्या तहाने "वारणेच्या व कृष्णेच्या संगमापासून दक्षणतीर तहद निवृत्तीसंगम तुंगभद्रा पावेतो, दरोबस्त देखील गड, ठाणी तुम्हाकडे दिलही असेत."[१] असा शाहूराजांनी करार करून देऊनसुद्धा संभाजीराजांना तुंगभद्रेपर्यंत अंमल वाढविता आला नाही. करार कागदावरच राहिला. त्याची अंमलबजावणी करण्याचे सामर्थ्य संभाजीराजांजवळ नव्हते. आपल्या छोट्या राज्याचा कारभार त्यांनी शाहूराजांशी व पेशव्यांशी मिळतेजुळते घेऊन सन १७६१ सालापर्यंत हाकला. त्यानंतर राज्यकारभाराचा सर्व भार त्यांची राणी जिजाबाई यांनी उचलला.

करवीर राज्याचा इतिहास हा अनेक दृष्टींनी वेगळा आहे. रियासतकार सरदेसाईनी याचे विवेचन करीत असता म्हटले आहे, "आपण छत्रपती, यजमान, मालक, पेशव्यांचे किंवा दुसऱ्या कुणाचे अंकित होऊन फौज घेऊन आपण मुलूखगिरी करावयाची नाही, असा बाणा धारण करून ते (करवीरकर) मराठेशाहीच्या मुख्य उद्योगात सामील झाले नाहीत, आणि स्वतंत्र उद्योग करण्याची ताकद तर त्यांस कधीच आली नाही. धनिपणा गाजविण्याचे सामर्थ्य अंगी असेल तर तो धनी; नाहीतर नोकराहूनही त्याची स्थिति केविलवाणी होते. तशीच कोल्हापूरच्या राज्याची स्थिती सदैव चालू होती. खरे पाहिले तर कोल्हापूरचे राज्य हे अठराव्या शतकाच्या इतिहासातील एक कोडे म्हणजे perpetual anomaly होय."[२]

घटनात्मकदृष्ट्या करवीरचे राजघराणे म्हणजे छत्रपतींचे घराणे होय. थोरले-धाकटे हा वाद बाजूला ठेवला तर सर्व मराठी सरदार हे त्याच्या हुकमतीत असले पाहिजेत. कारण मराठी राज्याचे छत्रपती हेच खरे मालक. परंतु प्रत्यक्षात स्थिती मात्र रियासतकारांनी वर्णिल्याप्रमाणे होती. करवीरकरांना आपले अस्तित्व टिकविण्यासाठी अर्जोजी यादव, इचलकरंजीकर घोरपडे, सिदोजी थोरात, विशाळगडकर, पटवर्धन, निपाणीकर देसाई या मराठी राज्यातील छोट्या सरदारांबरोबर झगडावे लागत होते. अर्थात छत्रपती घराण्याच्या दोन गाद्या झाल्या नसत्या तर हा प्रसंग ओढविला नसता किंवा संभाजी राजे कर्तृत्ववान निघाले असते तर उत्तरेत शाहूराजांचे व दक्षिणेत संभाजीराजांचे अशी दोन मराठी साम्राज्ये उभी राहिली असती. परंतु इतिहासात 'जर तर' मनोरंजक असले तरी त्यांना फारशी किंमत देता येत नाही. जिजाबाईंच्या कर्तृत्वाची पारख करीत असता अशा या कोडे बनलेल्या करवीर राज्याचा भार त्यांच्या माथी होता व हे राज्य स्थापन होऊन ५० वर्षे होऊन गेली होती, हे विसरता कामा नये. कालचक्र उलटे फिरविणे आता कोणालाच शक्य नव्हते.

जिजाबाईंचे पेशव्यांशी धोरण

संभाजीराजे हयात असतानाच म्हणजे सन १७४५ सालापासूनच जिजाबाईंनी करवीर राज्यकारभारात लक्ष घालण्यास सुरुवात केली होती. पुढे पुढे तर संभाजीराजांनी राज्यकाराभारातून लक्ष काढून घेतले आणि काराभाराची सूत्रे जिजाबाईंकडेच गेली. संभाजींपेक्षा त्या हुशार आणि धोरणी होत्या, याविषयी इतिहास साक्ष देतो. मराठी राज्यातील करवीरकरांचे स्थान, त्यांची ताकद व पेशव्यांचे सामर्थ्य या गोष्टींचे गणित त्यांनी बरोबर मांडले होते. मराठेशाहीचे खरे मालक छत्रपती असले तरी सर्व सत्ता आता पेशव्यांच्या हाती गेली आहे, याची जाणीव त्यांनी कायम मनात ठेवली होती. करवीरच्या राज्याचे स्वतंत्र अस्तित्व टिकवायचे असेल तर पेशव्यांशी कलह न माजविता गोडीने व सहकार्याने राहण्यातच हित आहे, हेही त्यांनी ताडले होते. त्या दृष्टीने संभाजीराजांच्या कारकिर्दीतच त्यांची पावले पडत होती.

सातारा व करवीर या दोन गाद्या एक कराव्यात, असे नानासाहेब पेशव्यांच्या मनात फार दिवसांपासून होते, हे सन १७४० च्या त्यांनी संभाजीराजांना लिहून दिलेल्या करारावरून स्पष्ट होते. या करारात स्पष्ट नमूद केले होते की, "शाहू महाराज याणी कैलासवास केल्यावर दोन्ही राज्यावर आज्ञा स्वामीची आणि आम्ही सेवक स्वामीचे." हा करार गुप्त स्वरूपाचा होता. पुढे शाहूराजांनी मृत्यूपूर्वी रामराजांची निवड वारस म्हणून केल्याने व पेशव्यांना 'कोल्हापूरचे न करणे' अशी स्पष्ट आज्ञा लिहून ठेवल्याने करार कागदावरच राहिला.[३]

पुढे रामराजा आपल्या आज्ञेत वागत नाही असे पाहून, ते खोटे आहेत, असे जाहीरपणे बोलण्यास ताराबाईंनी सुरुवात केली. त्यांना दूर करून संभाजीराजांनी गादीवर बसावे अशीही खटपट तिने सुरू केली. ताराबाईंच्या या राजकारणास संभाजी तयार झाले; परंतु जिजाबाईंनी मध्ये पडून त्यांच्या महत्त्वाकांक्षेला आवर घातला. ताराबाई व पेशवा या दोन जबर असामीच्या कचाट्यात संभाजीराजेही रामराजांसारखे निर्माल्यवत होण्यास फारसा काळ लागणार नाही, तेव्हा करवीर राज्य छोटे का असेना, परंतु त्यामध्ये स्वाभिमानाने व स्वतंत्रपणे जगता येईल, ही त्यांची भूमिका होती. ती निश्चितपणे शहाणपणाची व मुत्सद्देगिरीची म्हणता येईल.

करवीर राज्याचे स्वतंत्र अस्तित्व टिकविण्याच्या मार्गात आणखी एक धोंड होती. ती म्हणजे संभाजीराजांना पुत्र संतान नव्हते. त्यांच्या मृत्यूनंतर या दोन गाद्या एक करण्याचा पेशवे पुन्हा एकदा प्रयत्न करणार, हे जिजाबाई ओळखून होत्या. आणि म्हणूनच त्यांनी पेशव्यांशी अत्यंत सलोख्याचे व प्रेमाचे संबंध ठेवले होते. पेशव्यांची सहानुभूती त्या वेळी उपयोगी पडेल, अशी त्यांची अटकळ होती.

करवीर राज्याचा जप्तीचा डाव

१८ डिसेंबर १७६० रोजी संभाजीराजे मृत्यू पावले. त्या वेळी त्यांची धाकटी राणी कुसाबाई गरोदर होत्या. त्यांना पुत्र झालाच तर वारसाचा प्रश्नच सुटणारच होता. मुलगी झाली तर जिजाबाईंना मोठ्या समस्येला तोंड द्यायचे होते. अशा विवंचनेत असतानाच त्यांच्याकडे बातमी आली की नानासाहेबांनी करवीरच्या गादीवर बसविण्यासाठी महादजी भोसले मुंगीकर यांचा भाऊ उमाजी भोसले यांस फौजफाटा देऊन पाठविले आहे; जिजाबाईंना "ताराबाईंप्रमाणे खर्च नेमून द्यावा, त्याप्रमाणे खाऊन स्वस्थ राहावे, याप्रमाणे कबूल केल्यास उत्तम, नाही तर (राज्याची) जप्ती करावी. ज्या किल्ल्यावर जिजाबाई असेल त्या किल्ल्याभोवती वेढा घालून बसावे,"[४] अशी पेशव्यांची आज्ञा होती.

संभाजीराजांच्या मृत्यूमुळे शोकग्रस्त झालेल्या जिजाबाईंचे सांत्वन करण्याचे सोडून राज्याच्या जप्तीसाठी पेशव्यांनी फौजा पाठविल्याचे पाहून तिला धक्का बसला. संभाजीराजांच्या हयातीत हेच पेशवे गोडगोड बोलून असत व त्यांना जिजाबाईंनी आपला 'बंधू' च मानला असता त्यांनी असा दगा द्यावा, हे बघून त्यांना संताप चढला. "बंधु म्हटले असता त्यांनी क्रियेस वारंवार गुंतले असता याप्रमाणे उत्तीर्ण जाहले. बरे काये चिंता आहे! आम्ही तो मरोन राहिलो. पश्चात येश कोणी तरी घेऊत."[५] असे त्यांचे तत्कालीन पत्रातील उद्वेगाचे उद्गार आहेत. जिजाबाई व पेशवे यांच्या पूर्वी भेटी होऊन त्यांत पेशव्यांनी करवीर राज्याच्या वारसाबद्दल जिजाबाईंना काहीतरी निश्चित वचन दिले होते, हे त्यांच्या 'त्यांनी क्रियेस वारंवार गुंतले असता' या वाक्यावरून स्पष्ट होते.

तथापि जिजाबाई संकटाने खचून जाणारी स्त्री नव्हती. पेशव्यांच्या शहाला शह देण्यासाठी त्यांनीही निजाम व मुरारराव घोरपडे यांचेकडे राजकारण सुरू केले होते. दरम्यान त्यांनी जप्ती करावयास आलेल्या पेशव्यांच्या फौजावर अचानक छापा घालून त्यांचा धुव्वा उडविला. त्यांचे सामानसुमान लुटून घेऊन त्यांना परतवून लावले.[६]

अशा प्रकारे राज्याचा जीवन-मरणाचा प्रश्न दक्षिणेत निर्माण झाला असता, उत्तरेत मराठी फौजा अहमदशहा अब्दालीच्या समोर उभा ठाकल्या होत्या. शेवटी पानिपताच्या रणमैदानावर उभय पक्षांची झुंज होऊन मराठी फौजांचा भयंकर संहार झाला. भाऊसाहेब, विश्वासराव व इतर अनेक कर्ते पुरुष रणभूमीवर पडले. नानासाहेबांवर दुःखाचा डोंगरच कोसळला. त्या धक्क्यातून ते स्वतःला सावरू शकले नाहीत. पुढे २६ जून १७६१ रोजी बंधू व पुत्र यांच्या नावाने शोक करत करत ते मरण पावले.

कुसाबाईंना मुलगी झाली!

नानासाहेबांच्या मृत्यूपूर्वी एक महिना म्हणजे २५ मे १७६१ रोजी कुसाबाई प्रसूत झाल्या. त्यांना मुलगा झाल्याचे वृत्त जिजाबाईंनी पेशव्यांना व इतरांना कळविले.[७] तथापि कुसाबाईंना पुत्र न होता कन्या झाली होती. पण पुत्र झाल्याची खोटी बातमी पसरविण्यात जिजाबाईंचा उद्देश उघड होता. कुसाबाई गरोदर आहेत; त्या बाळंत होईपर्यंत थांबा, असे त्यांनीच पेशव्यांना सांगतिले होते. तेव्हा आता कन्या झाली, हे समजताच पेशवे आपल्या इच्छेप्रमाणे करवीरच्या गादीवर राजा बसविण्यास अगर ते राज्य खालसा करण्यास मोकळे होतील, अशी त्यांची भावना होणे साहजिकच होते. तूर्त तरी वेळ मारून नेऊन योग्य समय येताच भोसल्यांच्या वंशाचा आपणास पाहिजे तो पुत्र गादीवर आणावा, अशी त्यांची योजना होती.

जिजाबाईंचा हा डाव फार काळ लपून राहिला नाही. सत्य शेवटी उघडकीस आलेच. परंतु एक डाव फसला म्हणून गप्प बसणाऱ्या जिजाबाई नव्हत्या. त्यांनी लगेच जाहीर केले की, कुसाबाईंना जरी मुलगा झाला नाही तरी इंदापूर परगण्यातील शरीफजींच्या वंशातील शहाजी राजे भोसले खानवटकर यांचा माणकोजी नावाचा पुत्र दत्तक घ्यावा, अशी संभाजी राजांची मृत्यूपूर्वीची आज्ञा आहे.[८] त्याप्रमाणे त्यांनी खानवटकर भोसल्यांकडे आपला वकील पाठविला. खानवटकरांनी पेशव्यांची मान्यता असेल तर माझी काही हरकत नाही, असे उत्तर दिले. परंतु नवे पेशवे माधवरावही सहजासहजी कबूल होणार नाहीत, असा विचार करून जिजाबाईंनी माणकोजीला त्यांच्या आजोळच्या माणसाकडून पन्हाळ्यास आणविला.

माधवराव पेशव्यांचीही चालढकल

१० जुलै १७६१ रोजी माधवरावांना पेशवाईची वस्त्रे मिळाली. मराठी साम्राज्याची भारी जबाबदारी कोवळ्या वयात माधवरावांवर कोसळली. मराठी साम्राज्याचे आपापसात झगडणारे सरदार, गृहकलह माजविणारा राघोबा; बाहेर निजाम, हैदर, उत्तरेतील सत्ता व इंग्रज या सर्वांना त्यांना तोंड द्यायचे होते. उत्तरेतील व दक्षिणेतील कारभाराची घडी बसवावयाची होती. अशा परिस्थितीत करवीरचा प्रश्नही अनिर्णित पडला होता. नानासाहेबांच्या कारकिर्दीतील अनेक न सोडविलेल्या व न सुटलेल्या समस्यांपैकी ती एक समस्या होती.

सन १७६२ च्या प्रारंभी माधवरावांनी कर्नाटकात आपली पहिली स्वारी काढली. त्या वेळी ते करविरावरूनच गेले. करविरी जिजाबाईंची भेट घेण्यापूर्वी त्यांनी आपल्या मुक्कामाहून आपल्या आईस- गोपिकाबाईंना जे पत्र पाठविले आहे त्यात ते म्हणतात, "इकडील वर्तमान तरी चार लाख रुपये जिजाबाईंकडून व अवांतर चिकोडी वगैरे तीन लाख याप्रमाणे घेतले. उदइक कूच आहे. बाईंची भेट उद्या घ्यावी

असे आहे. मनोळी बाईंच्या हवाली करावी असे आहे.'' (दि. १६ फेब्रुवारी १७६२).

या पत्रात करवीरच्या दत्तक विधानाविषयी माधवरावांनी काहीही लिहिलेले दिसत नाही. पुढे जिजाबाईंच्या भेटीतही त्यांनी या प्रश्नाला बगल दिली असावी, हे पुढील इतिहासावरून स्पष्ट होते.

जिजाबाईंची माधवरावांस महायात्रेची धमकी

नानासाहेबांप्रमाणेच माधवरावांच्याही मनात करवीर व सातारा या दोन गाद्या एक कराव्यात हा हेतू आहे, हे जिजाबाई आता समजून चुकल्या होत्या. तेव्हा राज्यातील प्रधानांची व मुत्सद्द्यांची त्यांनी बैठक घेतली व त्यांचा सल्ला मागितला. तेव्हा त्यांनी सांगितले की, ''ही गोष्ट दुसऱ्याच्या हातून निभवायची नाही. खासा स्वारी (माधवरावांकडे) गेली तरच सर्व जाबसाल उलगडतील. यास्तव पुण्यास जाऊन प्रधानांकडून दत्तकाविषयी वगैरे जाबसाल ठरवून घ्यावे.[१०]

लगेच जिजाबाईंनी जाहीर केले की, पेशवे आपले म्हणणे ऐकत नाहीत, सबब आपण राज्यसंन्यास घेऊन महायात्रेस निघत आहोत. त्याप्रमाणे राज्याचा बंदोबस्त करून व त्यावर कारभारी नेमून त्या महायात्रेस निघाल्या. सोबत पाच हजार फौज व चार महिन्यांची बेजमी होती. मार्गातील तीर्थस्थळे करीत करीत त्या जेजुरीच्या खंडोबाच्या स्थानी पोहोचल्या. जिजाबाई महायात्रेस चालल्या असून, त्या जेजुरीस आल्या आहेत, ही वार्ता पेशव्यांना समजली. ते पुण्याहून त्यांच्या भेटीस आले.

भेटीत त्यांनी आगमनाचे कारण विचारले. तेव्हा जिजाबाईंनी सांगितले की, ''करवीर गादीस मालक करून देण्याचा आपला संकल्प दिसत नाही. म्हणून महायात्रेस जाऊन देह अर्पण करावा असा हेतू आहे. परंतु पूर्वी कैलासवासी शाहू महाराज यांणी आम्हाकडील पारसनवीस यांचे विद्यमाने यादी करून दिली आहे. त्यात दत्तक देऊन गादीस मालक करून द्यावा, आणि पन्हाळा व सातारा ही राज्ये एक करू नये, असे चिटणीसांचे विद्यमाने ठरले आणि याविषयी प्रधानांस आज्ञा झाली आहे, असे पारसनवीस यांनी सांगितले. हा मजकूर मशारनिलहेनी श्रुत केला तो आपणास कळविला आहे. या उपर मर्जी असेल तसे करावे.''[११]

यावर पेशव्यांचेही उत्तर तयार होतेच – ''सातारा व पन्हाळा ही दोन पृथक् राज्ये नसून एकच आहेत. द्वैतभाव नाही.'' करवीर राज्याच्या दत्तकविधानाचे एवढे महाभारत होऊन पेशवे संमती देण्यास तयार होत नाहीत, हे पाहताच जिजाबाईंनी संतापाने शेवटचे हत्यार उपसले. त्या त्वेषाने उद्गारल्या, ''राज्य तुम्ही स्वाधीन करून घ्यावे! आपण पुत्रवतच असून आपणास महाराजांनी राज्याचे अधिकारी करून ठेविले आहे, तर राज्य आपल्या स्वाधीन करून घ्यावे. आणि खर्चाची वगैरे बेजमी करून आमची महायात्रेची रवानगी करून द्यावी.''[१२]

या जिजाबाईच्या पवित्र्याला काय उत्तर द्यावे हे माधवरावांनाही समजेना. 'हरकत नाही, महायात्रेला अवश्य जावा,' असे म्हणण्याइतके माधवराव निष्ठुर नव्हते.

माधवरावांचा शहाणपणाचा निर्णय

करवीरच्या प्रश्नावर काय तो निर्णय लवकरच घेणे आवश्यक होते. तो घेत असता अनेक बाजूंनी ते विचार करीत होते. साताऱ्याच्या दत्तकविधानाचा बिघडलेला इतिहास त्यांच्यासमोर उभा होता; घरात राघोबा त्यांच्या अडचणींचा फायदा घेण्यास तयार होता; बाहेर निजाम, हैदर, इंग्रज व उत्तरेतील सत्ता मराठी सत्तेचा नाश करण्यास टपले होते. शिवाय आणखी एक गोष्ट माधवराव विसरू शकत नव्हते; ती म्हणजे जनमतात फैलावलेली पेशव्यांची स्वामिद्रोहाची भावना. छत्रपतींच्या घराण्याशी पेशव्यांच्या घराण्याने स्वामिद्रोह केल्याने पानिपतासारखे संकट पेशव्यांवर कोसळले, अशी सर्वसाधारण प्रजेची भावना झाली होती.

तो काल धर्मकल्पनांच्या साम्राज्याचा होता. पापपुण्याच्या व नीती-अनीतीच्या कल्पनांवर समाज चालत होता. माधवरावांचीही त्यातून सुटका नव्हती. स्वामिद्रोहाचे पातक ठोकरून देऊन सत्ता व संपती यांच्याच पाठीमागे लागणारे ते यवनी सुलतानांसारखे सत्ताधीश नव्हते. ते एक सुबुद्ध सत्ताधीश होते. पापपुण्याच्या कल्पनांचा आदर राखणारे होते. जिजाबाईंनी खानवटाहून आणलेल्या पुत्रास संमती देण्याचा निर्णय त्यांनी या पार्श्वभूमीवर घेतला. त्यांनी पुन्हा जेजुरीस जाऊन त्यांची भेट घेतली, आणि विनंती केली की, "स्वारी पुण्यास यावी म्हणजे तेथे मनोदयानुरूप बंदोबस्त करून देतो."

जिजाबाईंच्या कठोर वृत्तीपुढे माधवरावांनी समंजसपणे नमते घेतले. त्यांनी लगेच पेशव्यांकडून तशा मतलबाचे पत्र व बेलभंडाराची शपथ खंडोबा देवापुढे घेतली. पेशव्यांना बोललेल्या गोष्टीची आठवण राहावी म्हणून त्यांच्या बोटातील हिऱ्याची अंगठी त्यांनी काढून घेतली आणि पेशव्यांस पुण्यास जाण्याविषयी निरोप दिला. जेजुरी येथे देवास अभिषेक करून व ब्राह्मण भोजने घालून आठ दिवसांनी जिजाबाईंची स्वारी पुण्यास आली.

मोठ्या सन्मानाने माधवरावांनी त्यांचे स्वागत करून राहावयास एक वाडा मोकळा करून दिला. बरोबरीच्या माणसांची चोख व्यवस्था लावून दिली. खर्चास रोज दीड हजार रुपये नेमून दिले. जिजाबाईंनी पुण्यात दोन महिने मुक्काम केला. मुक्कामात पेशवे नित्य भेटीस येत. लवकरच दत्तकविधानाविषयीची कागदपत्रे पेशव्यांनी पुरी करून दिली. तसेच आपला पुत्र जिजाबाईंना निःसंकोच दत्तक द्यावा, म्हणून शहाजी भोसले खानवटकरांना लिहिले.

शेवटी निरोप घ्यायची वेळ आली तेव्हा पेशव्यांनी जिजाबाईंना खास मेजवानी

दिली. जाताना खर्चास दोन लाख रुपये व दोन लक्षाचे जडजवाहीर भेट म्हणून दिले. एका कटू प्रसंगाचा माधवरावांनी गोड शेवट केला.[१३] पुढे २२ सप्टेंबर १७६२ रोजी दत्तकविधान होऊन २७ सप्टेंबर रोजी दसऱ्याच्या मुहूर्तावर जिजाबाईंनी माणकोजीस करवीर गादीवर स्थापन केले. त्यांचे नाव 'शिवाजी राजे' असे ठेवण्यात आले.

जिजाबाईंचे माधवरावांशी कररमदार

जिजाबाई-माधवराव संबंधातील दुसरा महत्त्वाचा प्रश्न म्हणजे करवीर राज्यातील काही परगण्यांचा अंमल पेशव्यांनी बसवून द्यायचा, हा होय. करवीर राज्यातील चिकोडी, हुकेरी, मनोली, रायबाग, कागल इत्यादी परगण्यांचे देसाई करवीरकरांच्या सत्तेला न जुमानता वसूल बळकावीत असत. याशिवाय सावंतवाडीकर, कागलकर, निपाणीकर हे सरदारही त्यांच्या आज्ञेत वर्तत नसत. एवढेच काय, परंतु त्यांचा करवीर राज्याला वारंवार उपद्रव होई. यासाठी जिजाबाईंनी वेळोवेळी पेशव्यांची मदत घेतल्याचे तत्कालीन करारमदारांतून स्पष्ट होते.

जिजाबाई व माधवराव यांच्या दरम्यान झालेल्या करारांतील पुढील काही कलमेच करवीर राज्यापुढील अडचणी व त्यासाठी माधवरावांनी देऊ केलेले साहाय्य याविषयी अधिक माहिती सांगतात.

जिजाबाई व माधवराव यांच्यामध्ये सन १७६२ च्या सुरुवातीस जो करार झाला, त्यात पेशव्यांनी सात लाख रुपये घेऊन तालुक्यांतील ठाणी बसवून द्यावी, असे ठरले. त्या कराराचा सुरुवातीचा भाग असा आहे : –

"श्रीमंत महाराज मातुश्री आईसाहेब याजकडील कार्यभाग निखालस करून देणे, याचा करार शेषो नारायण याचे विद्यमाने ठराव होऊन, सर्व मतलबाची यादी अलाहिदा मखलांसी श्रीमंतांनी करून दिल्ली आहे. हुकेरी प्रांत व रायबाग व कागल व मनोलीदेखील तालुका साहेबाचे खासगीचा, त्यास काटकरांनी व चाकरांनी ठाणी बळावून मवासगिरीने गैरहुकमी वर्तो लागले; याजकरिता चारी तालुकेयांची एकंदर ठाणी बसवून द्यावी. येतिशी मशारनिल्हेचे विद्यमाने फौजचे खर्चास ऐवज करार सुरू सन इसन्ने सितैनमया व अलफबेरीज ७००००१ रुपये."[१४]

सन १७६२ मध्ये झालेल्या आणखी एका कराराची कलमे करवीर राज्यापुढील अडचणी स्पष्ट करतात. करारातील जिजाबाईंच्या काही मागण्या अशा आहेत–

"किल्ले प्रसिद्धगड व मनोहरगड व भैरवगड व सामानगड व भुदरगड व जंजिरे सिंधुदुर्ग यांचा सरंजाम सावंत मुठमर्दीने खातो...तो निखालस करून द्यावा."

"कोकणात खारेपाटण, संवदल, राजापूर, मीठगवाणे, लांजे, राजापूर, सुभा संगमेश्वर महाली व वरकड महाली हुजूरच्या किल्ल्याचे तनखे व खासगीचे गाव.. अवघेविशी तमाम मामलेदारांस ताकीद घेऊन पूर्वीप्रमाणे सारे सुरळीत चालवावे."

या मागणीला पेशव्यांनी "तूर्त होत नाही" असे उत्तर कलमी लिहिले आहे.

"रायबाग व कागल व फुटरवेडी व हुकेरी प्रांत बरोबरच साहेबाकडे खासगीस करून दिल्हा आहे. तेथील अंमल निखालस करून द्यावा..."

"राजश्री नारायणराव घोरपडे याणी निष्ठेने वर्तावे वतनबाब त्याकडे असेल ते वाजवी घ्यावी. ज्याजती होऊ नये. मर्यादेने वर्तावे."[१५]

सन १७६३ च्या करारातील हुकेरी, कागल, रायबाग व मनोली या परगण्यांतील देशमुखीच्या गैरवर्तणुकीबद्दलचे कलम असे होते : –

"चारी तालुकेचे देसक अगर त्याचे निसबतीचे कारकून, धण्याशी गैर रुजू होऊन हर कोठे राहून लबाडी करितील, तरी त्याचे पारिपत्य करावे. कोणी आसरा देतील त्यास ताकीद करावी. धण्याचे हुकमाप्रमाणे सर्वांनी वर्तावे. येविशी कोणाची रदबदल ऐको नये."

याशिवाय उपरिनिर्दिष्ट करारांत अनेक कलमे आहेत. इतरांच्या दृष्टीने या लहानसहान बाबी वाटत असल्या तरी करवीर राज्याच्या कारभाराच्या दृष्टीने त्या महत्त्वाच्या होत्या. या ठिकाणी एक गोष्ट मात्र खटकल्याशिवाय राहत नाही. ती म्हणजे करवीर राज्याला त्याच्या परगण्यांतील देशमुख-देशपांड्यांना वठणीवर आणणे का अवघड जाते? हुकेरी, कागल, रायबाग व मनोली म्हणजे पन्हाळा-कोल्हापूरपासून काही दूर अंतरावरील प्रदेश नव्हते. फौजबंद राहून कायदेशीर मालकी असलेल्या आपल्या परगण्यांतील ठाणी बसविण्यास अगर वेशकांना वठणीवर आणण्यास जिजाबाईंच्या काही अन्य अडचणी होत्या का, याचेही अधिक संशोधन झाले पाहिजे असे वाटते. जिजाबाईंनी अशा मोहिमा हाती घेतल्या असत्या तर पेशव्यांचीही फारशी आडकाठी आली असती असे नाही. जिजाबाई पेशव्यांच्या विनवण्या करीत असता करवीर राज्यातील सरंजाम खाणारे सरदार व प्रधान काय हात बांधून स्वस्थ बसले होते का, असाही एक प्रश्न उभा राहतो.

करवीरकरांना पटवर्धनांचा खोडा

जिजाबाई-माधवराव पेशवे यांच्या संबंधाच्या संदर्भात आणखी एक प्रश्न विचारात घेलला पाहिजे, तो म्हणजे करवीर राज्याच्या पूर्व सीमेवर झालेली पटवर्धनांची स्थापना, ही होय.

इचलकरंजीकर घोरपडे, कागलकर, सावंतवाडीकर, या सरदारांप्रमाणेच मिरजेच्या पटवर्धनांचे शुक्लकाष्ट करवीरकरांच्या पाठीमागे याच कालात लागले होते. करवीर राज्याच्या पुढील इतिहासाची बरीच पृष्ठे करवीरकरांचा पटवर्धनांशी झालेल्या संघर्षाने भरलेली आहेत. या संघर्षाची मूळ सुरुवात अशी झाली होती –

हुकेरी, रायबाग, कागल व चिकोडी या परगण्यांतील ठाणी बसवून देण्यासाठी

जिजाबाईंनी सात लाख रुपये पेशव्यांना दिले होते. अर्थात ही रक्कम तिने सावकारांकडून घेऊन पेशव्यांना दिली होती. पुढे सावकारांचे देणे भागविण्यात चालढकल होताच पेशव्यांनी आपापल्या हाताखालच्या पटवर्धन सरदारांना चिकोडी व मनोळी हे दोन परगणे वसुलासाठी लावून दिले आणि सावकारांचे कर्ज वारण्यास सांगितले. साहजिकच त्यातून करवीरकर-पटवर्धन यांच्या संघर्षाला सुरुवात झाली.

पटवर्धन घराणे बाजीरावांच्या कारकिर्दीतच उदयास आले होते. पुढे पेशवाईत या घराण्यातील पुरुषांनी अनेक पराक्रम केले. पटवर्धन घराण्यातील गोविंद हरी, परशुराम रामचंद्र व नीळकंठ त्रिंबक या पुरुषांना माधवरावांनी कर्नाटकाच्या सरहद्दीवर व करवीरराज्याच्या पूर्वेस पंचवीस लाखाचा सरंजाम देऊन ठेवले. माधवरावांचे यात दोन उद्देश होते. पटवर्धनांसारखा जबर व पराक्रमी सरदार कर्नाटकातील हैदरच्या हालचालींवर नजर ठेवून त्यांच्यावर दबाव निर्माण करेल. दुसरा उद्देश असा होता की करवीरकर पेशव्यांविरोधी हालचाल करू लागल्यास त्यांना कायमचा पायबंद बसावा.[१७]

माधवराव पेशवे आणि जिजाबाई या दोन्ही व्यक्ती थोड्याच कालाच्या दरम्यान कालवश झाल्या. माधवराव १८ नोव्हेंबर १७७२ रोजी मृत्यू पावले. जिजाबाई १७ फेब्रुवारी १७७३ रोजी निधन पावल्या. त्यांच्या मृत्यूपूर्वी काही दिवसच नारायणराव पेशव्यांनी चिकोडी व मनोळी हे करवीरकरांचे परगणे त्यांना परत केल्याचे कागद पुण्याहून पाठवून दिले होते.

समालोचन

जिजाबाईंना आपल्या छोट्याशा राज्याची धुरा सांभाळवयाची होती व असे करीत असता त्यांच्या अंतर्गत व बाह्य शत्रूंशी सतत तोंड द्यावे लागले. मराठी सत्तेच्या चौकटीत करवीर राज्याचे स्थान एक नाजूक बाब झाली होती. मानाने व घटनात्मकदृष्ट्या करवीरकर श्रेष्ठ होते. ते छत्रपती होते. परंतु सर्व बाजूंनी शत्रूंनी वेढल्याने त्यांचा कोंडमारा झाला होता. प्रत्यक्ष करवीर राज्यातील सरदार मंडळी शिरजोर वृत्तीने वागत होती. त्यांना वठणीवर आणण्यासाठी करवीरकरांना पेशव्यांची मदत घ्यावी लागत होती.

खरे म्हणजे शाहू, ताराबाई, रामराजा, पेशवे, संभाजी, जिजाबाई ही मंडळी परिस्थितीच्या एका विचित्र खोड्यात सापडली होती. त्यापैकी एकाला एकट्याने हा खोडा सोडविणे शक्य नव्हते आणि सर्वांचे एकमत होणे अशक्य होते. परस्परांच्या हितसंबंधांचा एक गुंता अठराव्या शतकात निर्माण झाला होता. त्यातून बाहेर पडणे मराठ्यांच्या या नेत्यांना शक्य झाले नाही.

या काळातील माधवराव-जिजाबाई संबंधाविषयी असे म्हणता येईल की, दोघांनीही एकमेकांविषयी समजूतदारपणा दाखविला व परस्परांविषयी शत्रुत्वाची

भावना ठेवली नाही. झालेल्या अन्यायाच्या पोटी जिजाबाईंनी दत्तक प्रकरणाबाबत थोडा संतापी पवित्रा घेतला होता हे खरे; परंतु माधवरावांनी शेवटी जिजाबाईंचे समाधान केले. सर्व हिंदुस्थानभर आता मराठी सरदारांचे सवते सुभे तयार झालेच होते. हे सरदार स्वतंत्रपणे आपल्या सुभ्यांत कारभार हाकीत होतेच. अशा अनेक सुभ्यांत करवीर राज्याचा एक सवता सुभा राहिल्याने आता काही मराठी सत्तेवर मोठे गंडांतर येणार नव्हते आणि शेवटी एका तरी छत्रपतीला स्वतःचे स्वतंत्र अस्तित्व असणे लौकिकाच्या दृष्टीने योग्य आहे, असे माधवरावांना वाटल्याने त्यांनी दत्तकास संमती देण्याचा निर्णय घेतला. माधवरावांनी दाखविलेला समजूतदारपणा व न्यायी दृष्टी त्यांच्या व्यक्तिमत्त्वाला शोभून दिसणारीच होती. करवीर राज्याचे संरक्षण करण्याचे मुख्य श्रेय जिजाबाईंकडे जरी गेले तरी त्याचा थोडा तरी अंश माधवरावांकडे जातो, हे प्रांजळपणे कबूल करावयास हवे.

(पूर्वप्रसिद्धी : मा. सुधन्वा : श्रीमंत माधवराव पेशवे विशेषांक - १९७३)

संदर्भ

१. तह व करारमदार, पृ. ४४
२. मराठी रियासत-मध्यविभाग-४, पेशवा माधवराव, पृ. १४१
३. करवीर रियासत, पृ. १५१, १६८
४. इतिहाससंग्रह : ऐतिहासिक टिपणे, भा. २, पृ. २२
५. पेशवा दप्तर, खंड २६, पत्र क्र. २५०
६. निबंध संग्रह, (महाराष्ट्रेतिहास परिषद अधिवेशन पहिले, १९६६), पृ. ११८
७. पेशवा दप्तर, खं. २६, पत्र क्र. २५७
८. कोल्हापूर प्रांताचा अर्वाचीन इतिहास, पृ. ४८
९. ऐतिहासिक-लेख-संग्रह, भा. २, पृ. ७७९
१०. कोल्हापूर प्रांताचा अर्वाचीन इतिहास, पृ. ५१
११. कित्ता
१२. कित्ता, पृ. ५२
१३. कित्ता, पृ. ५३
१४. तह व करारमदार, पु. ५४
१५. कित्ता, पृ. ४९-५०
१६. कित्ता, पृ. ५१-५२
१७. करवीर रियासत, पृ. २०९-२११

◆

मराठेशाहीतील पाच कर्तृत्वशालिनी स्त्रिया

अखिल मराठेशाहीत अनेक कर्तबगार व पराक्रमी पुरुष होऊन गेले. त्या मानाने कर्तबगार स्त्रियांची संख्या फार कमी आहे हे खरे, पण ज्या काही कर्तृत्ववान स्त्रिया मराठी इतिहासात होऊन गेल्या, त्यांची कामगिरी मात्र अलौकिक ठरली आहे. त्यांच्यापैकी प्रत्येक स्त्रीला जीवनातील घोर संकटांना तोंड द्यावे लागले आहे. पण अशा संकटांवर मात करून त्यांनी नियतीने त्यांच्यावर सोपविलेली जबाबदारी मोठ्या धीरोदात्तपणे पार पाडल्याचे इतिहास सांगतो.

वीरकन्या, वीरपत्नी आणि वीरमाता जिजाबाई

मराठेशाहीच्या इतिहासात पहिली अलौकिक स्त्री आहे– राजमाता जिजाबाई. देवगिरीच्या राजवंशाच्या वारसा सांगणाऱ्या लखोजी जाधवराव यांच्या त्या कन्या होत्या. लखोजी म्हणजे १७ व्या शतकातील दक्षिणेतील एक बलदंड सरदार होता. आपल्या पराक्रमाने त्याने दक्षिणेत स्वतःचे असे स्थान निर्माण केले होते. जिजाबाईंना माहेरकडून असा पराक्रमाचा वारसा लाभला होता. सासरही तसेच तोलामोलाचे मिळाले. ते उदयपूरच्या राजघराण्याचा वारसा सांगणारे होते. निजामशाहीच्या दरबारात आपल्या कर्तबगारीने पंचहजारी मनसब मिळविणाऱ्या मालोजीराजे भोसल्यांच्या पुत्राशी– शहाजीराजांशी जिजाबाईचा विवाह झाला. शहाजी-जिजाबाई विवाहसंबंधाने दोन मातब्बर घराणी नात्याने बांधली गेली; पण मनाने एक कधीच झाली नाहीत. निजामशहाच्या दरबारात बिथरलेल्या हत्तीच्या एका शुल्लक कारणावरून भोसले - जाधव या दोन घराण्यांत हातघाई होऊन त्या उभय पक्षांची कर्ती माणसे मारली गेली. जिजाबाईंच्या हृदयाला वेदना देणारा हा पहिला धक्का होता – (सन १६२३). असे अनेक धक्के व संकटे जिजाबाईंना आपल्या आयुष्यात सोसावी लागली.

त्या काळी महाराष्ट्रावर निजामशहा व आदिलशहा या सुलतानांच्या राजवटी होत्या. या इस्लामी राजवटीचे दाहक चटके जिजाबाईंना जेवढे बसले, तेवढे अन्य

कोणत्याच स्त्रीला बसले नाहीत. निजामशाहीची सेवाचाकरी पिढ्या न् पिढ्या करणाऱ्या त्यांच्या पित्यास भर दरबारात निजामशहाकडूनच प्राणास मुकावे लागले. त्याच प्रसंगी जिजाबाईंचे बंधूही मारले गेले. परकीय राजवटीचे फळ लखोजीसारख्या बलदंड मराठ्यास असे मिळाले. जिजाबाईंच्या अंतःकरणावर खोलवर जखम करणारी व त्यांच्या ठिकाणी सुलतानी राजवटीविषयी मनस्वी चीड निर्माण करणारी ही घटना होती.

अशीच एक घटना पुढे सन १६४८ मध्ये घडली. ज्या शहाजीराजांनी आदिलशाहीसाठी कर्नाटकातील अनेक राज्ये जिंकून अगणित संपत्ती विजापूरला पाठविली, त्या शहाजीराजांसच आदिलशहाच्या हुकुमाने कैद व्हावे लागले. हातीपायी बेडी पडली. यानंतर अवघ्या ५/६ वर्षांनी कर्नाटकात जिजाबाईंच्या ज्येष्ठ पुत्रास- संभाजीराजास- आदिलशाही सरदार अफझलखानाने दग्याने मारले –(सन १६५४).

ही संकटे हृदय विदीर्ण करणारी होती; पण जिजाबाई अशा संकटांनी खचून गेल्या नाहीत. परकीय राजवटीत मराठा कितीही पराक्रमी निघाला तरी त्याचा पराक्रम क्षणार्धात मातीमोल होतो, हा पारतंत्र्याचा अर्थ त्यांनी जाणून घेतला आणि बालशिवाजीस 'हिंदवी स्वराज्य स्थापनेच्या' कार्यास प्रेरणा दिली. हिंदवी स्वराज्य स्थापन करणाऱ्या शिवाजीराजास त्यांच्या मातेने आपल्या संस्कारांनी घडविले याची साक्ष इतिहासच देतो. जिजाबाईंची ही सर्वांत मोठी कामगिरी आहे. 'राजमाता जिजाबाई' शिवाजी महाराजांची 'आद्य गुरू' आहे. आपल्या पुत्राच्या जीवनासच नव्हे, तर त्याने स्थापन केलेल्या हिंदवी स्वराज्यास नैतिक अधिष्ठान देणाऱ्या त्या अधिष्ठात्री देवता होत्या. स्वदेश व स्वधर्म यांविषयी निष्ठा व प्रेम, परधर्मीयांविषयी आदर, अखिल स्त्रीजातीविषयीचा उच्चभाव, सामान्य रयतेच्या कल्याणाची तळमळ इत्यादी अनेक श्रेष्ठतम गुणविशेष जे शिवछत्रपतींच्या ठिकाणी जगाला दिसून आले, ती त्यांच्या मातेची त्यांना मिळालेली अलौकिक देणगी होती.

पुत्राच्या प्रत्येक संकटात जिजाबाई भागीदार आहेत. मग हे संकट अफझलखानाच्या भेटीचे असो वा जयसिंगाच्या स्वारीचे असो. आग्राभेटीच्या काळात संपूर्ण स्वराज्याचा कारभार त्यांनी मोठ्या कौशल्याने सांभाळला. म्हणून न्या. रानड्यांनी त्यांचा गौरव करताना त्या शिवाजी महाराजांची 'मार्गदर्शकत्व संरक्षक' देवता होती, असे म्हटले आहे.

अशा या थोर मातेस आपला पुत्र मराठ्यांचा छत्रपती, हिंदूंचा पातशहा झाल्याचे पाहण्याचे भाग्य मिळाले. एका महान मातेने आयुष्यभर हृदयी जपलेले स्वप्न तिच्या एका महान पुत्राने स्वतःस रायगडावर राज्याभिषेक करून साकार केले – (सन १६७४). या वैभवशाली सोहळ्यानंतर अवघ्या १२ दिवसांनी त्या स्वर्गवासी झाल्या. जणू अवतारसमाप्तीच केली. जिजाबाई वीरकन्या, वीरपत्नी व वीरमाता

होत्या. असे सौभाग्य महाराष्ट्राच्या इतिहासात अन्य कोणाच स्त्रीला लाभले नाही.

महान स्वार्थत्यागी महाराणी येसूबाई

मराठेशाहीच्या इतिहासात आपल्या गुणांच्या जोरावर प्रकाशमान झालेली दुसरी राजस्त्री म्हणजे छत्रपती संभाजी महाराज यांची राणी– महाराणी येसूबाई. संभाजी महाराजांची कारकीर्द संकटांची मालिकाच असलेली राजवट होती. शिवप्रभूंच्या निधनानंतर राज्यातील प्रधानांनीच केलेला स्वामिद्रोह, पुढे विषप्रयोग करून त्यांना ठार मारण्याचा प्रयत्न या घटनांमुळेच संभाजी महाराजांचा स्वकीयांवरील विश्वासच उडाला होता. अशातच दिल्लीपती औरंगजेबाने दक्षिणेत स्वराज्यावर स्वारी केली– (सन १६८१). या संकटाचा फायदा घेऊन पश्चिम किनाऱ्यावरील सिद्धी व पोर्तुगीज स्वराज्याच्या जीवावर उठले. अशा परिस्थितीत संभाजीराजांच्या सुखदुःखात सहभागी होणारी एकच व्यक्ती होती ती म्हणजे त्यांची राणी येसूबाई.

कोकणातील शृंगारपूरच्या पिलाजी शिर्क्यांच्या त्या कन्या. खुद्द शिवछत्रपतींनी त्यांची निवड आपली स्नुषा म्हणून केलेली. या निवडीच्या कसोटीस त्या पुरेपूर उतरल्या. रात्रंदिन युद्धाच्या प्रसंगात गुंतलेल्या स्वराज्याच्या अंतर्गत कारभारात पतीच्या बरोबरीने त्यांनी आपला भार उचलला. खुद्द संभाजी महाराजांनी त्यांना 'श्री सखी राज्ञी जयति' असा शिक्का बहाल करून त्यांच्या कार्याचा उचित गौरव केलेला आढळतो.

येसूबाईंच्या जीवनात खरा कसोटीचा प्रसंग आला तो संभाजी महाराजांच्या वधानंतर. वज्राघात व्हावा, त्याप्रमाणे संभाजी महाराजांच्या वधाचे संकट त्यांच्यावर कोसळले. पण हे संकट तेथेच संपले नाही. शत्रूने खुद्द राजधानी रायगडास वेढा घातला. रायगडावर असणारे सर्व मराठी राजकुटुंबच कैद करण्याचा औरंगजेबाचा डाव होता. रायगडावर या वेळी येसूबाई, बालराजा शाहू, राजाराम महाराज आणि इतर परिवार वास्तव्य करून होता. पुढे मसलत काय, हा प्रश्न सर्वांना भेडसावत होता. रिकाम्या पडलेल्या मराठ्यांच्या गादीवर बालराजा शाहू यांस बसवून राज्याची सर्व सूत्रे येसूबाई आपल्या हाती घेतील, असा सर्वांचा होरा होता. पण मराठ्यांच्या या राणीने आगळीच मसलत सांगून सर्वांनाच धक्का दिला. आपल्या पुत्रास गादीवर न बसविता राजाराम महाराजांस गादीवर बसवून त्यांना छत्रपती म्हणून त्यांनी जाहीर केले! आपल्या पुत्रास 'छत्रपती' न बनविता आपल्या दिरास राजाचे सिंहासन अर्पण करून या मराठा राणीने इतिहासात निःस्वार्थीपणाचा व त्यागाचा एक आदर्श निर्माण केला. येसूबाईंचे केवळ हे एकच कृत्य त्यांना महान स्वार्थत्यागी स्त्रीचे स्थान बहाल केल्याशिवाय राहत नाही.

येसूबाई पुढे आपल्या पुत्रासह मोगलांच्या कैदेत पडल्या – (सन १६८९)

आणि पुढे एक-दोन नव्हे, तर तब्बल तीन वर्षे त्या शत्रूच्या कैदेतच राहिल्या. दरम्यान त्यांचे पुत्र शाहू महाराज कैदेतून सुटून मराठ्यांचे छत्रपती बनले – (सन १७०८). त्यांच्याच बाळाजी विश्वनाथ या कर्तबगार पेशव्याने दिल्लीवर स्वारी करून येसूबाईंची मुक्तता केली – (सन १७१९). तीन दशकांनंतर मराठ्यांची ही राणी कैदेबाहेर पडली. माता-पुत्र प्रदीर्घ वियोगानंतर एकमेकांस भेटले. पुढे सन १७३१ मध्ये त्यांना स्वर्गवास झाला. एके काळी औरंगजेबाच्या कैदेत सापडलेल्या आपल्या पुत्राचे राज्य कलेकलेने वर्धिष्णू होत चालल्याचे, मराठ्यांचे निशाण नर्मदापार गेल्याचे पाहण्याचे भाग्य या राजमातेस लाभले.

भद्रकाली ताराराणी

महाराणी ताराबाई ही शिवप्रभूंची दुसरी स्नुषा. आपल्या अंगच्या पराक्रमाने व शौर्याने इतिहासात अजरामर झाली. आपल्या पतीच्या– राजाराम महाराजांच्या– कारकिर्दीतच ताराबाईंनी 'सैन्याची व्यवस्था आणि राज्यकारभार' या बाबतीत मोठा लौकिक कमविल्याची साक्ष मोगलांचा इतिहासकार खाफीखान याने दिली आहे.

राजाराम महाराजांचा मृत्यू सन १७०० मध्ये झाला. या वेळी ताराबाईंचे वय अवघे पंचवीस वर्षांचे होते. ऐन तारुण्यात वैधव्याचे दुःख कोसळले असताही ते बाजूला ठेवून हिंदवी स्वराज्याच्या रक्षणार्थ ही मराठ्यांची राणी औरंगजेब बादशहाशी लष्करी संघर्ष करावयास सिद्ध झाली. राजारामानंतर त्याची निराधार स्त्री आपल्याशी काय लढणार, अशी औरंगजेबाची घमेंड तिने उतरविली. खाफीखान पुढे सांगतो की, राज्याची सूत्रे हाती घेताच ताराबाईने सर्वत्र विलक्षण धामधूम उडविली. त्यात तिचे सैन्याच्या नेतृत्वाचे आणि मोहिमांच्या व्यवस्थेचे गुण प्रकर्षाने प्रकट झाले; त्यामुळे मराठ्यांचे आक्रमण व धामधूम दिवसेंदिवस वाढतच गेली. खाफीखान हा शत्रूचा इतिहासकार व औरंगजेबाचा कट्टर भक्त होता. त्याने ताराबाईंच्या पराक्रमाविषयी हे उद्‌गार काढलेले आहेत, याचे भान ठेवले की मग ताराबाईंची महान कामगिरी स्पष्ट होते.

मराठ्यांची खरी शक्ती डोंगरी किल्ल्यांत आहे, हे जाणून औरंगजेब या वेळी मराठ्यांचे किल्ले घेण्याची मोहीम जातीने चालवीत होता. ताराबाई आपला एक एक किल्ला पाच-सहा महिने लढवून त्यास एकीकडे गुंतवून ठेवीत होत्या, तर दुसऱ्या बाजूने बादशहाच्या गुजरात, माळवा, हैद्राबाद, विजापूर, कर्नाटक अशा दूरदूरच्या सुभ्यांवर आपल्या फौजा पाठवीत होत्या. या मराठ्यांच्या फौजांनी आता नर्मदा पार करून माळव्यात धुमाकूळ माजविला होता. मराठ्यांचे राज्य जिंकण्यासाठी बादशहा सन १६८१ मध्ये दक्षिणेत आला होता, पण मराठी राज्य तर जिंकले गेले नाही, उलट संपूर्ण दक्षिण त्याच्या हातून निसटले आणि उत्तरेतील त्याच्या साम्राज्यावर

मराठी फौजा प्रहार करू लागल्या, असे चित्र त्याच्या मृत्युसमयी उभे राहिले – (सन १७०७).

मराठ्यांच्या या शूर राणीने औरंगजेबासारख्या आशिया खंडातील सर्वांत बलाढ्य सत्ताधीशाशी सतत सात वर्षे लष्करी संघर्ष केला, ही गोष्ट हिंदुस्थानच्याच नव्हे तर जगाच्या इतिहासात अपवादात्मक व अलौकिक ठरावी इतकी महान आहे. तत्कालीन मराठी कवी देवदत्त याने ताराबाईंची थोरवी गाताना म्हटले आहे की,

दिल्ली झाली दीनवाणी।
दिल्लीशाचे गेले पाणी।।
ताराबाई राम राणी।
भद्रकाली कोपली।।
रामराणी भद्रकाली।
रणरंगी क्रुद्ध झाली।।
प्रलयाची वेळ आली।
मुगल हो सांभाळा।।

मुत्सद्दी करवीरकर राणी जिजाबाई

पुढे ताराबाई व शाहू महाराज यांचे यादवी युद्ध होऊन करवीर राज्याची स्थापना झाली. या करवीरच्या गादीवर सन १७१४ मध्ये ताराबाईंच्या सवतीचे पुत्र संभाजी महाराज (दुसरे) हे बसले. जिजाबाई या संभाजी महाराजांच्या महाराणी होत. या करवीरकर जिजाबाई म्हणून इतिहासात प्रसिद्ध आहेत.

करवीरचे राज्य तसे छोटेसे आणि सर्व बाजूंनी शत्रूंनी वेढलेले. त्यातच खुद्द संभाजी महाराजांचे कर्तृत्व सुमार होते. तिकडे सातारकर शाहू छत्रपतींस एकाहून एक कर्तबगार पेशवे लाभून त्यांचे राज्य वाढत असता करवीर राज्य मात्र होते तसेच राहिले. पण शाहू महाराजांच्या मृत्यूनंतर सातारकर छत्रपतींचे महत्त्व लोपले व पेशव्यांचे माहात्म्य वाढत गेले. सातारकर छत्रपतींचे राज्य पेशव्यांची 'दौलत' म्हणून वाढत राहिले. करवीरकर छत्रपती मात्र आपले स्वतंत्र अस्तित्व टिकवून राहिले. राज्यकारभारात संभाजी महाराजास राणी जिजाबाईंचे मोठे साहाय्य होते. सन १७४५ नंतर करवीर राज्याचा सर्व कारभार व धोरण त्याच ठरवू लागल्या. करवीरकरांना पोर्तुगीज, इंग्रज, निपाणीकर, असे बरेच शत्रू होते. पण खरा शत्रू होता तो नानासाहेब पेशवा. मुळात त्याला करवीरकरांचे स्वतंत्र अस्तित्वच मान्य नव्हते. परंतु तसे उघडपणे न दाखविता तो संधीची वाट पाहत राहिला. जिजाबाईही त्याच्याशी मुत्सद्देगिरीने वागत राहिल्या. संभाजी महाराजास पुत्र नव्हता. पुढे सन १७६० मध्ये

त्यांचे निधन झाले, तेव्हा त्यांची एक राणी कुसाबाई गरोदर होती. तिला पुत्र होऊन करवीर गादीस वारस होईल असे जिजाबाईंना वाटत असतानाच पेशव्याने करवीर राज्यच खालसा करण्यासाठी आपल्या सरदारांबरोबर फौजा धाडल्या.

छत्रपतींचे निधन झाल्याचे ऐकून शोक समाचाराचे साधे पत्रही न पाठविता त्यांचे राज्यच खालसा करण्याचा नानासाहेब पेशव्याचा हा स्वार्थी डाव पाहून जिजाबाई संतापून गेल्या. परंतु आलेल्या संकटाने डगमगून न जाता, त्यांनी आपल्या फौजांची जमवाजमव करून पेशव्याच्या फौजांशी वारणेच्या काठावर लढाई दिली. एवढेच नव्हे तर, त्या फौजांचा त्यांनी धुव्वा उडवून दिला! दरम्यान उत्तरेत पेशव्यांच्या फौजांचा पानिपतावर मोठा पराभव झाला व या धक्क्यात नानासाहेब पेशवाही मरण पावला. त्याच्यामागून गादीवर आलेल्या माधवराव पेशव्याने सुज्ञपणे वागून राणी जिजाबाईंस त्यांच्या इच्छेप्रमाणे करवीर राज्यास दत्तक घेण्याची संमती दिली.

पुढे सन १७६२ साली खानवटकर घराण्यातील एका पुत्रास दत्तक घेऊन जिजाबाईंनी त्यास शिवाजी महाराज म्हणून गादीवर बसविले व त्याच्या नावे नंतर १० वर्षे करवीरचे राज्य केले. करवीरचे राज्य पेशव्यांच्या तडाख्यातून जिजाबाईंनी वाचविले, ही गोष्ट काही सामान्य नव्हती. याच करवीरच्या राज्याने पुढे ब्रिटिश आमदानीत राजर्षी शाहू महाराजासारखा थोर समाजसुधारक महाराष्ट्राला दिला आहे.

पुण्यश्लोक अहल्याबाई

अख्ख्या पेशवाईत अलौकिक कर्तबगारी गाजविणारी एकच स्त्री झाली, ती म्हणजे पुण्यश्लोक अहल्याबाई होळकर- सुभेदार मल्हारराव होळकरांची सून. मल्हाररावासारख्या मातब्बर सरदाराच्या घराण्यात अहल्याबाई आल्या खऱ्या, पण आयुष्यभर दुर्दैवाच्या फेऱ्यात अडकून राहिल्या. कुंभेरीच्या वेढ्यात तोफेचा गोळा लागून त्यांचा पती खंडेराव ठार झाला. ऐन तारुण्यात वैधव्याचे संकट कोसळले. अहल्याबाई सती जाण्यास निघाल्या तेव्हा मल्हाररावाने "तूच माझा खंडू...या म्हाताऱ्याची तुला कीव येऊ दे" अशी विनवणी करून त्यांना राहते केले.

मल्हाररावाने अहल्याबाईस आपला पुत्र मानूनच राज्यकारभारासाठी तयार केले होते. महसूल, न्याय, अर्थ, लष्कर, राजनीती अशा राज्याच्या अनेक बाबींत त्यांना पारंगत केले होते. सन १७६६ मध्ये मल्हाररावांचे निधन झाल्यावर माळव्यातील ७४ लाखांच्या इंदूरच्या जहागिरीची सर्व जबाबदारी अहल्याबाईंवर आली. पुढच्याच वर्षी त्यांचा एकुलता एक तरुण पुत्र मालेराव मृत्युमुखी पडला. अहल्याबाई एकाकी पडल्या. पुढे त्यांनी आपल्या मुलीच्या मुलास जवळ केले. पण मृत्यूने त्याच्यावरही घाला घातला. अशा प्रकारे अहल्याबाईंचे वैयक्तिक जीवन पूर्ण उद्ध्वस्त होऊन गेले!

परंतु अहल्याबाई अशा संकटांनी खचून जाणाऱ्या सामान्य स्त्री नव्हत्या. सर्व काही ईश्वरी इच्छेने होते अशी श्रद्धा ठेवून त्यांनी आपले सर्व जीवन आपल्या प्रजेच्या उद्धारासाठी वाहिले. कार्यक्षम राज्यव्यवस्था, चोख न्याय, निर्भीड राजनीती, अपार दानधर्म, अन्नछत्रे, पाणपोया, सर्व देशभर असंख्य मंदिरांचा जीर्णोद्धार व नव्या मंदिरांची बांधणी, तीर्थक्षेत्री नदीतीरांवर घाटांची उभारणी अशा गोष्टींनी अहल्याबाईंची कारकीर्द अवघ्या १८ व्या शतकात सर्व हिंदुस्थानभर गाजली.

हिंदुस्थानात असे एकही महत्त्वाचे तीर्थक्षेत्र नाही, की जिथे अहल्याबाईंनी मंदिरे बांधली नाहीत अथवा त्यांचा जीर्णोद्धार केला नाही. इस्लामी आक्रमकांनी नष्ट केलेल्या व हिंदूंना प्राणप्रिय असणाऱ्या सोरटी सोमनाथाच्या आणि काशी विश्वेश्वराच्या मंदिरांचा जीर्णोद्धार करून तेथे देवतांच्या प्राणप्रतिष्ठा अहल्याबाईंनीच केल्या. एवढेच नव्हे, तर हिमालयातील ११ हजार फूट उंचीवर असलेल्या केदारनाथ तीर्थक्षेत्रीही अहल्याबाईंनी यात्रेकरूंसाठी धर्मशाळा व पाणपोयी बांधली. अशा प्रकारे काश्मीर खोऱ्यापासून रामेश्वरापर्यंत सर्व देशात अहल्याबाईंनी मंदिरे बांधली. अनेकांचे जीर्णोद्धार केले. धर्मशाळा बांधल्या. नद्यांकाठी अगणित घाट बांधले. अनेक ठिकाणी गरिबांसाठी अन्नछत्रे उघडली. एवढेच नव्हे, तर पक्ष्यांची उपासमार होऊ नये म्हणून त्यांच्यासाठी खास राखीव शेती तयार केली. अशा प्रकारे अहल्याबाईं केवळ कारुण्यमूर्ती बनून राहिल्या.

अहल्याबाईंचे दातृत्व कर्णासारखे अलौकिक होते. पण अशा अपार दानधर्मासाठी त्यांनी राज्याचा खजिना वापरलेला नव्हता, तर त्यासाठी त्यांची सर्व खाजगी संपत्ती कारणी लावली होती, हे लक्षात घेतले पाहिजे.

अहिल्याबाई धर्मनिष्ठ व सात्त्विक प्रवृत्तीच्या होत्या; पण त्या भोळ्या नव्हत्या. त्यांच्या ठिकाणी व्यावहारिक चातुर्य, राजकारणातील नैपुण्य व संकटांवर मात करण्याची जिद्द हे गुण होते. मालेरावांच्या निधनानंतर राघोबादादाने इंदूरवर स्वारी करण्याचा बेत रचल्याचे समजताच अहल्याबाई फौजेची सिद्धता करून त्याच्याशी लढाई देण्यास तयार झाल्या. आणि राघोबास त्यांनी निरोप धाडला – ''क्षिप्रा उतरला असता तुमची आमची तरवार चालेल, याचा विचार करून मगच पाऊल टाकणे.'' या बाणेदार निरोपाने राघोबा मनात चरकला आणि मग त्याने सारवासारवीची भाषा सुरू करून स्वतःची फजिती करून घेतली. झाल्या प्रकाराने अहल्याबाईंच्या बाणेदारपणाचा लौकिक मात्र सर्व हिंदुस्थानात झाला.

आपल्या असामान्य धर्मनिष्ठेमुळे व अलौकिक दातृत्वामुळे त्या काळी अहल्याबाई सर्व हिंदुस्थानामधील लोकांच्या आदराचे स्थान बनून राहिल्या. पुण्यश्लोक, देवी, साध्वी अशा बिरुदावल्या त्यांना बहाल केल्या गेल्या. आजही सर्व देशात त्यांचे नाव आदरानेच घेतले जाते. अशा या थोर स्त्रीचे गुणगान करताना शाहीर

प्रभाकर याने म्हटले आहे –

सती धन्य धन्य कलियुगी अहल्याबाई ।
गेली कीर्ति करूनिया भूमंडळाचे ठायी ।
महाराज अहल्याबाई पुण्यप्राणी ।
संपूर्ण स्त्रियामध्ये श्रेष्ठ रत्नखाणी ।।

ऑगस्ट १७९५ मध्ये अहल्याबाई स्वर्गवासी झाल्या. त्यांच्या पुण्यतिथीची ही द्विशताब्दी चालू आहे. त्यानिमित्त सर्व देशभर त्यांची आदराने स्मृती जागवली जात आहे.

(पूर्वप्रसिद्धी : दै. सकाळ, कोल्हापूर, महिला विशेषांक : १९९५)

◆

मराठेशाहीतील विजयादशमी आणि क्षात्रपरंपरा

क्षात्र परंपरेतील सण

हिंदुस्थानात प्रांतोप्रांती अनेक सण साजरे केले जातात. त्यामध्ये 'विजयादशमी' अथवा 'दसरा' हा सण सर्वत्र मोठ्या उत्साहात साजरा केला जातो. या सणाला अनेक प्राचीन पौराणिक संदर्भ आहेत. प्रजाजनांवर अनन्वित अत्याचार करणाऱ्या दुष्ट राक्षसांचा संहार करण्यासाठी प्रत्यक्ष दुर्गामातेने रणचंडीचा अवतार घेतला आणि एकामागून एक याप्रमाणे त्या राक्षसांना तिने ठार केले. शेवटचा राक्षस महिषासुर तिने या दिवशी ठार केला म्हणून हा दिवस 'विजयोत्सव' म्हणून साजरा केला जातो. असेही सांगितले जाते की, प्रभू रामचंद्रांनी अन्यायी रावणाचा निःपात करण्याचा निश्चय करून, याच दिवशी शमी वृक्षाचे पूजन करून, लंकेच्या स्वारीवर प्रस्थान ठेवले. या कथा पौराणिक असल्या तरी यांतून एक गोष्ट स्पष्ट होते की, हा सण निव्वळ उत्सव साजरा करण्याचा नसून, तो समाजातील क्षात्र परंपरेशी व क्षत्रियांच्या कर्तव्यकर्माशी निगडित आहे.

महाराष्ट्रात छत्रपती शिवाजी महाराजांनी हिंदवी स्वराज्य स्थापून मराठ्यांची स्वतंत्र क्षात्रपरंपरा निर्माण केली. स्वाभाविकच इतर सर्व सणांपेक्षा हा सण मराठ्यांचा आवडता बनला. प्रभू रामचंद्रांनी रावणाच्या मोहिमेवर या दिवशी प्रस्थान ठेवले, याचे स्मरण म्हणून मराठे आपल्या शत्रूचे दमन करण्यासाठी, मुलूख जिंकून राज्य वाढविण्यासाठी, या शुभदिनी प्रस्थान ठेवू लागले! अशा या 'विजयादशमी'च्या दिवशी मराठेशाहीत कोणकोणत्या मोहिमा निघाल्या, याचा शोध घेता घेता मोठी उद्‌बोधक माहिती हाताशी मिळते. हा शोध मराठ्यांच्या सांस्कृतिक इतिहासावर प्रकाशझोत टाकणाराही ठरतो.

जिजाबाई-शिवाजीराजे बंगळूरकडे

मराठ्यांच्या इतिहासात विजयादशमीच्या मुहूर्ताचा पहिला संदर्भ येतो तो जिजाबाई-शिवाजीराजे यांनी शहाजीराजांच्या बोलावण्यावरून बंगळूरकडे केलेल्या प्रयाणाचा. महाराष्ट्रातून कर्नाटकात गेल्यावर शहाजीराजांनी तेथे मोठमोठे पराक्रम केले. बंगळूर जिंकून तेथे स्वतंत्र राजधानीचा थाट उभारला. मोठी फौज तयार केली.

लवकरच त्यांनी आपली पत्नी व पुत्र यांना महाराष्ट्रातून तिकडे येण्याचा निरोप धाडला. हा निरोप मिळाल्यावर मातुःश्री जिजाबाई शिवाजीराजे व त्यांच्या नवपरिणीत पत्नी सईबाई यांना घेऊन दादोजी कोंडदेवसह विजयादशमीच्या मुहूर्तावर निघाल्या. काही काळ कर्नाटकात वास्तव्य करून जिजामाता आपल्या पुत्रासह महाराष्ट्रात परतल्या.

सुपे परगणा काबीज

सुपे परगणा शहाजीराजांच्या पुणे जहागिरीत मोडत होता. पण तो परगणा शिवाजीराजांचा सावत्र मामा संभाजी मोहिते याने बळकाविला होता. मामा आपल्याच गुर्मीत राहत होता.

त्यास वठणीवर आणून परगणा स्वराज्यात आणण्यासाठी महाराजांनी सन १६५६ च्या दसऱ्याच्या मुहूर्तावर स्वारीचे प्रस्थान ठेवले आणि अवघ्या पाच-सहा दिवसांत सुप्याची गढी काबीज करून मामास दस्त केले. पुढे त्यांनी मामास सन्मानाने कर्नाटकात शहाजीराजांकडे पाठवून दिले. विजयादशमीच्या मुहूर्तावर काढलेली स्वारी महाराजांनी अशी 'विजयी' केली होती.

सुरतेच्या स्वारीची योजना

जानेवारी १६६४ मध्ये शिवाजी महाराजांनी मोगली साम्राज्यातील सुरत हे अत्यंत वैभवशाली नगर लुटून जाळून 'बेसुरत' करून टाकले! या सुरतेच्या स्वारीने मोगल साम्राज्याची मोठी अप्रतिष्ठा झाली. हिंदवी स्वराज्यात अगणित संपत्ती आणली गेली.

अशा या सुरतेच्या मोहिमेची आखणी महाराजांनी विजयादशमीच्या मुहूर्तावर केली आणि त्या मोहिमेची पूर्वतयारी म्हणून हेर खात्याचा प्रमुख बहिर्जी नाईक याच्या नेतृत्वाखाली २०० हेरांची तुकडी सुरतेतील बित्तंबातमी मिळविण्यासाठी तिकडे धाडली. विजयादशमीच्या सुमुहूर्तावर बेतलेल्या या मोहिमेची फलश्रुती आपणा सर्वांना माहीतच आहे !

सन १६६६ ची विजयादशमी

पुढे मिर्झा राजा जयसिंह मराठी राज्यावर चालून आला. शिवाजी महाराजांना

मोगलांशी तह करावा लागला. लवकरच बादशहाच्या भेटीस आग्र्यास जावे लागले. तेथे बादशहाने त्यांना विश्वासघाताने कैदेत टाकले. सर्व हिंदवी स्वराज्य संकटात बुडाले. राजगडावर जिजाबाई मोठ्या चिंतेत पडल्या. अशा प्रसंगात महाराजांनी आपल्या असामान्य बुद्धिकौशल्याने कैदेतून आपली सुटका करून घेतली आणि सप्टेंबर १६६६ च्या अखेरीस ते राजगडावर जिजाबाईंच्या समोर अचानकपणे उभे राहिले!

त्या वेळचा जिजाबाईंचा आनंद काय वर्णावा ! या वर्षी दि. २७ सप्टेंबर रोजी विजयादशमी येते. मराठ्यांच्या दृष्टीने या सालची विजयादशमी म्हणजे एका आगळ्या विजयी मोहिमेचा दिवस होता. त्यांच्या राजाने महाबलाढ्य मोगली बादशहावर मात करून 'आग्र्याची मोहीम' फत्ते केली होती.

महाराजांची बंकापूरची स्वारी

अगदी विजयादशमीच्या दिवशीच शिवाजी महाराज आपल्या मोहिमेवर निघाल्याचा आणखी एक महत्त्वाचा संदर्भ शिवचरित्रात मिळतो. तो आहे त्यांच्या कर्नाटकातील बंकापूरच्या स्वारीचा. राज्याभिषेकाच्या आदल्या वर्षी मोगल व आदिलशहा यांची महाराजांविरुद्ध संयुक्त आघाडी तयार झाली; तेव्हा खुद्द महाराजांनी आदिलशहाला शह देण्यासाठी त्याच्या कर्नाटकातील मुलखावरील स्वारी हाती घेतली.

त्या सालच्या विजयादशमीस (दि. १० ऑक्टोबर १६७३) महाराज १५ हजार सैन्य घेऊन बंकापूरच्या रोखाने निघाले. बंकापूर आणि कर्नाटकातील इतर बराच मुलूख लुटून आणि मार्गातील आदिलशाही फौजांशी लढे देत ते स्वराज्यात रायगडावर सुखरूप पोहोचले. बंकापूरची ही मोहीम फत्ते झाली होती.

महाराजांची दिग्विजयी मोहीम

लवकरच रायगडावर शिवराज्याभिषेक घडून आला. त्यानंतर अवघ्या दोन वर्षांनी सन १६७६ मध्ये महाराजांनी 'कर्नाटक दिग्विजयाची' मोहीम हाती घेतली. त्या सालच्या विजयदशमीस (६ ऑक्टोबर १६७६) मराठ्यांचे सार्वभौम छत्रपती आपल्या वैभवी फौजेसह दक्षिण देशाच्या दिग्विजयास निघाले ! मार्गात भागानगरच्या कुतुबशहाची भेट घेऊन, तसेच ते मद्रास किनारपट्टीवर आले व तेथील मुलूख जिंकून कर्नाटकात मराठी राज्याचा विस्तार त्यांनी आरंभिला. त्यांनी जिंजीसारखा अप्रतिम किल्ला काबीज केला.

या मोहिमेतील 'दसरा' महाराजांनी जिंजी किल्ल्यावर साजरा केला. या वेळी खऱ्या अर्थाने हिंदवी स्वराज्याने 'सीमोल्लंघन' केले होते. मराठ्यांनी आपल्या पराक्रमाचे शिखर गाठले होते. अशा या महान मोहिमेवरून महाराज स्वराज्यात

रायगडावर परत आले ते विजयादशमीच्या वेळीच!

दोन वर्षांपूर्वी विजयादशमीस प्रारंभ झालेल्या या दिग्विजयी मोहिमेची सांगता विजयादशमीसच झाली होती!

अशा प्रकारे शिवछत्रपतींनी विजयादशमीस खऱ्या अर्थाने विजयाचा, पराक्रमाचा सण बनविला. त्या मुहूर्तावर मराठ्यांनी नवनवीन मोहिमांचे बेत ठरवावेत, राज्यविस्ताराच्या योजना आखाव्यात व त्या सफल करण्यासाठी देवाधर्माच्या साक्षीने सीमोल्लंघन करावे, अशी नवी परंपरा त्यांनी निर्माण केली. महाराजांनंतर हिंदवी स्वराज्याच्या वारसदारांनी या परंपरेचे पालन कसे केले, हे काही पुढील मोजक्या उदाहरणांनी लक्षात येईल.

हंबीररावाने बुऱ्हाणपूर लुटले !

संभाजी महाराजांनी आपल्या कारकिर्दीच्या प्रारंभीच मोगली मुलखावर आपला सेनापती हंबीरराव मोहित्यांची मोहीम धाडली. ही मोहीम विजयादशमीच्या सुमुहूर्तावर सुरू झाली. हंबीररावाने विद्युत्वेगाने मोगलांचे प्रसिद्ध नगर बुऱ्हाणपूर यावर हल्ला चढविला.

या हल्ल्याचे वर्णन करताना खाफीखान हा मोगलांचा इतिहासकार म्हणतो, ‘‘वीस हजार स्वारांनिशी हंबीरराव वऱ्हाडात उच्छाद घालीत फिरत होता...तो पसतीस कोसांची मजल मारून एकाएकी बुऱ्हाणपुरावर चालून आला. काफरांची (मराठ्यांची) फौज कुठल्याही दिशेने बुऱ्हाणपुरावर येईल अशी मुळीच कल्पना नव्हती. तशी बातमीही पसरली नव्हती...शहराच्या तटबंदीच्या बाहेर बहादुरपुरा व इतरा सतरा पुरे होते. त्या पुऱ्यांना मराठ्यांनी घेरले. विशेषतः बहादुरपुऱ्यावर ते इतक्या अनपेक्षितपणे तुटून पडले की, त्या पुऱ्यातून एक माणूस किंवा एक पैसा लोकांना हलविता आला नाही. पुऱ्यांत आगी लावून त्यांचा धूर आकाशापर्यंत पोहचला. तेव्हा बुऱ्हाणपुरचा नायब आणि शहरातील लोक यांना मराठे आल्याची खबर मिळाली. तीन दिवसापर्यंत मराठे निःशंकपणे पुरे शहर लुटीत होते. त्यांना मुबलक लूट मिळाली.’’[१]

संकटकाळातील छत्रपतींची ‘विजयादशमी’

संभाजी राजांच्या कारकिर्दीत मोगल बादशहा औरंगजेब हिंदवी स्वराज्यावर चालून आला. औरंगजेबाच्या या प्रचंड आक्रमणाचा प्रतिकार करत असतानाच संभाजीराजे अचानकपणे कैद झाले. पुढे त्यांचा मोगली छावणीत अत्यंत क्रूरपणे वध केला गेला. हिंदवी स्वराज्यावर भयानक संकट कोसळले. स्वराज्यातील गडकोट-ठाणी शत्रूच्या हाती पडू लागली. राजधानी रायगडाला वेढा बसला. त्या वेढ्यातून

नूतन छत्रपती राजाराम महाराज निसटून पन्हाळ्यावर आले. तेव्हा पन्हाळ्यालाही मोगलांचा वेढा बसला. अशा बिकट परिस्थितीत विजयादशमीचा सण आला.

हा सण राजाराम महाराजांनी पन्हाळगडावर कसा साजरा केला, याचे वर्णन त्यांच्या पदरी असणाऱ्या केशवपंडित नावाच्या एका कवीने 'राजारामचरितम्' या ग्रंथात केले आहे. तो म्हणतो –

"प्रातःकाळी राजाने आवश्यक विधी उरकून देवब्राह्मणांचे पूजन केले व चतुर्विध अन्न सेवन केले. नंतर (सायंकाळी) आपण स्वतः गजावर आरूढ होऊन, अश्वारूढ झालेले मंत्री, मुख्य सेनापती, त्याचप्रमाणे दुसरे सेनानायक, पायदळ, पायदळाचे नायक, गजांवरून व अश्वांवरून लढणारे योद्धे, ब्राह्मण, क्षत्रिय, वैश्य शूद्रादी इतर लोकांसह सुंदर खोगिरांनी युक्त, उंच व भूषित केलेले घोडे... झुलीने व लोलक घंटादिकांनी अलंकृत केलेले व तज्ज्ञांनी शिकविलेले असे मोठे हत्ती पुढे चालत असता, तो राजा विजयादशमीच्या सुमुहूर्तावर निघाला. नंतर ईशान्य दिशेस असलेल्या शमी वृक्षाचे व आपट्याचे विधिपूर्वक पूजन केल्यानंतर कवींनी स्तुती केलेला असा तो महोत्साही व तेजस्वी राजा आपल्या मंदिरात परतला. तेथे उदार अंतःकरणाच्या व प्रेमवर्धन करणाऱ्या त्याच्या स्त्रियांनी त्याला निरांजनांनी ओवाळले."[२]

वरील वर्णनात कवीचा काव्यात्मक प्रतिभेचा भाग वगळला तरी छत्रपती विजयादशमीच्या मुहूर्तावर कशा वैभवाने व थाटाने शमी वृक्षाच्या पूजनासाठी आपल्या प्रासादाबाहेर पडत असत, याची कल्पना आपण करू शकतो. खुद्द शिवछत्रपतींच्या विजयादशमीच्या मिरवणुकीचे वर्णन आपल्या हाताशी नाही. पण राजाराम महाराजांच्या काळातील या मिरवणुकीवरून रायगडावरील शिवछत्रपतींच्या विजयादशमीच्या मिरवणुकीचे चित्र आपण आपल्या नजरेसमोर आणू शकतो.

संताजी व धनाजी यांच्या मोहिमा

राजाराम महाराजांचा कालखंड म्हणजे संताजी-धनाजीच्या रोमहर्षक पराक्रमांचा कालखंड. या दोन सेनानींनी औरंजेबाच्या फौजांना दक्षिणेत आपल्या गनिमी काव्याने सळो की पळो करून सोडले. त्यांची सन १६९२ सालची मोहीम इतिहासात विशेष संस्मरणीय आहे. त्या साली विजयादशमीच्या मुहूर्तावर हे उभय सेनानी आपल्या फौजा घेऊन कर्नाटकात उतरले आणि मार्गातील मोगलांचा मुलूख लुटीत जिंजीच्या रोखाने निघाले. जिंजीत राजाराम महाराजांनी मराठ्यांची नवी राजधानी थाटली होती; पण तिला मोगली फौजांचा वेढा बसला होता. हा वेढा मारून काढून राजाराम महाराजांचे दर्शन घेण्यासाठी संताजी-धनाजी निघाले होते.

धनाजी आघाडीवर होता. तो प्रथम जिंजीच्या पायथ्याशी पोहोचला. त्याने वेढा

घालून बसलेल्या मोगली फौजांवर असा काही हल्ला चढविला की मोगलांची दाणादाण उडाली ! त्यांचा ईस्माईलखान मखा नावाचा नामांकित सरदार धनाजीच्या तावडीत सापडला. धनाजीने त्यास कैद करून जिंजी किल्ल्यात नेले – (१३ डिसेंबर १६९२).

या विजयाच्या बरोबर दुसरे दिवशीच मराठ्यांनी कर्नाटकात आणखी एक मोठा विजय संपादन केला. धनाजीच्या पाठोपाठ येणाऱ्या संताजीने कांचीपुरमजवळ अलीमर्दानखान नावाच्या दुसऱ्या प्रसिद्ध सरदारास पराभूत करून जिवंत पकडले. त्याला घेऊन संताजीही जिंजीत दाखल झाला. औरंगजेब बादशहाचे दोन नामांकित सरदार या जोडगोळीने कैद करून राजाराम महाराजांसमोर दरबारात हजर केले. संताजी-धनाजीच्या या पराक्रमी कृत्यांनी दक्षिणेतील तमाम मोगली फौजांना दहशत बसली.

संताजीकडून पाच मोगल सरदार पराभूत

राजारामकालातील सन १६९५ सालच्या विजयादशमीची मोहीम सर्वांत जास्त गाजली. त्या वर्षी विजयादशमीच्या सुमुहूर्तावर विशाळगडावर रामचंद्रपंत अमात्याने अनेक मराठा सरदारांना एकत्र बोलावून दक्षिणेत मोगलांविरुद्धच्या एका भव्य मोहिमेची आखणी केली. संताजीस कर्नाटकात जाण्यासाठी निरोपाचे विडे दिले गेले. आपली फौज घेऊन संताजी कर्नाटकात जिंजीच्या रोखाने निघाला. ही बातमी ब्रह्मपुरीवर छावणी करून बसलेल्या औरंगजेबास कळताच त्याने कर्नाटकचा सुभेदार कासीमखान यास संताजीस अडवून नेस्तनाबूद करण्यासाठी हुकूम सोडला. एवढेच नव्हे, तर आपल्या छावणीतील खास सैन्य देऊन खानजादखान, सफाशिकनखान, सय्यद असालतखान व महमंद मुरादखान या चार बड्या सरदारांनाही त्याने कासीमखानाच्या मदतीसाठी धाडले.

तथापि, या सर्व सरदारांनी संताजीस गाठण्यापूर्वी संताजीनेच त्यांना चित्रदुर्गच्या पूर्वेस दुड्डेरी येथे गनिमी काव्याने पेचात आणले. मोगली फौजांचा जबरदस्त पराभव होऊन, सर्व खान मजूर दुड्डेरीच्या किल्ल्यात लपून बसले. त्यांच्यापैकी कासीमखानाने तर आपल्या अप्रतिष्ठेपायी आत्महत्या केली. राहिलेल्या खानांनी दाती तृण धरून संताजीकडे जीवदानाची याचना केली. सात लाखांची खंडणी संताजीने बसवून त्यांना मुक्त केले. साठ लाखांची मालमत्ता संताजीच्या हाती पडली! ‘विजयादशमीचा मुहूर्त’ अपेक्षेपेक्षा मराठ्यांना अधिक लाभदायक ठरला![३]

बाजीराव पेशव्याची दिल्लीला धडक

शिवशाहीमधील मराठ्यांच्या पराक्रमाचा वारसा पुढे पेशव्यांनीही चालविला. एवढेच नव्हे, तर पहिल्या बाजीराव पेशव्याच्या कारकिर्दीत मराठे नर्मदा ओलांडून

माळव्यात शिरले. माळव्याचा सुभेदार गिरिधर बहादूर यास ठार करून त्यांनी माळवा काबीज केला. गुजरात, बुंदेलखंड हेही प्रदेश मराठ्यांच्या अधिकाराखाली गेले. अशा परिस्थितीत सन १७३७ मध्ये बाजीराव पेशव्याने उत्तरेत काढलेली मोहीम सर्व हिंदुस्थानात मराठ्यांचा बोलबाला करणारी ठरली !

सन १७३५ मध्येही बाजीरावाने उत्तरेत मोहीम काढली होती. त्या प्रसंगी भेटीचे निमंत्रण देऊन मोगल बादशहाने ऐन वेळी भेटीस नकार दिला होता. तेव्हा 'मराठे म्हणजे कोण' हे बादशहास कळवून त्यास धडा शिकविण्याच्या इराद्याने बाजीराव परत फिरला होता. सातारकर शाहू छत्रपतींचा आशीर्वाद घेऊन त्याने त्या वर्षीच्या विजयादशमीच्या काळात उत्तरेच्या स्वारीचे प्रस्थान ठेवले. त्याला नर्मदेच्या उत्तरेसच अडविण्यासाठी बादशहाने भली मोठी फौज देऊन सादतखान या नामांकित सरदारास धाडले. पण मोगलांच्या या फौजेस गुंगारा देऊन बाजीरावाने थेट दिल्लीसच धडक मारली ! (मार्च १७३७)

मराठे खुद्द दिल्लीवरच चालून येतील, अशी कल्पना बादशहाने स्वप्नातही केली नव्हती. त्याचे धाबे दणाणले ! बाजीरावाचा प्रतिकार करण्यासाठी त्याने हाताशी असणारी फौज पाठविली; पण तिचा धुव्वा उडवून बाजीराव आता दिल्लीच्या तटाशी भिडल! पण दिल्ली जिंकून बादशहालाच तेथून उखडून टाकणे, हे मराठ्यांचे या काळात 'ध्येय' नसल्याने बादशहास तोशीस न लावता तो परत फिरला! पुढे मराठ्यांनी दिल्लीचे राजकारण हाती घेतले त्याची ही नांदी ठरली.

कुंजपुऱ्यावरील मराठ्यांची विजयादशमी

पेशवाईत मराठ्यांच्या अनेक मोहिमा विजयादशमीच्या मुहूर्ताने निघाल्या. त्या सर्वांचा आढावा या लेखात स्थलाभावी घेता येणार नाही. तथापि पानिपतच्या मोहिमेत मराठ्यांनी उत्तरेत कुंजपुऱ्यावर जी विजयादशमी साजरी केली, तिचा उल्लेख येथे लक्षणीय ठरावा असा आहे.

कुंजपुरा हे ठिकाण दिल्लीच्या उत्तरेस ८० मैलांवर असून, ते अब्दालीच्या मायदेशीच्या मार्गावरील प्रमुख ठाणे होते. तेथे अब्दालीने मुबलक द्रव्य व सामान ठेवल्याची बातमी भाऊसाहेबांस लागताच त्याने आपल्या फौजेसह कुंजपुऱ्यावर चाल केली. मराठ्यांच्या तोफखान्याने तटबंदीस भगदाड पाडून किल्ला सर केला. किल्ल्याच्या संरक्षणास असलेले नजीबतखान व इतर अनेक सरदार मारले गेले. दहा हजार पठाण फौज मराठ्यांनी कापली. आदल्याच वर्षी यमुनेच्या तीरावर जखमी अवस्थेत दत्ताजी शिंद्यांचे शिर कापून ते अब्दालीस नजर करणारा कुतूबशहा मराठ्यांना जिवंत सापडला. त्यास ठार करून मराठ्यांनी त्याचे शिर भाल्यावरून सर्व छावणीत नाचविले!

मराठ्यांना प्रचंड लूट मिळाली. दहा लाखांचे सामान व रोख साडे दहा लाखांचे द्रव्य हाती पडले. दुसरेच दिवशी विजयादशमीचा सण होता. त्या दिवशीच्या मराठ्यांच्या उत्साहाचे वर्णन काय करावे!

रियासतकार सरदेसाई लिहितात, "विजयादशमीच्या दिवसाचे सीमोल्लंघन सर्व फौजांनी मोठ्या उत्साहाने साजरे केले. भाऊसाहेबांच्या भाग्याने परमोच्च बिंदू गाठला. पराक्रमी सरदारांची जूट, विजयाने तरारलेली सेना, धनधान्याची समृद्धी अशा अप्रतिम ऐश्वर्याने मराठ्यांची सार्वभौम सत्ता त्या दिवशी कुंजपुऱ्यावर चमकली. दरबार भरून लोकांनी विश्वासरावास नजरा केल्या. तोफांच्या आवाजांनी यमुना तीर दुमदुमून गेले. विजयाच्या वर्णनांनी बखरकारांच्या लेखण्या पुढे नाचू लागल्या!"[४]

विजयादशमीचे सीमोल्लंघन

मराठेशाहीतील विजयादशमीच्या मुहूर्तावर निघालेल्या मोहिमा हा अशा प्रकारे महाराष्ट्राच्या क्षात्र संस्कृतीचा तेजस्वी पैलू आहे. शिवछत्रपतींनी महाराष्ट्रात निर्माण केलेल्या या क्षात्रपरंपरेची जोपासना पुढे मराठ्यांनी कित्येक पिढ्या केली आणि म्हणूनच मराठ्यांची सत्ता लाहोर-मुलतानपर्यंत जाऊन पोहोचू शकली.

शिवकालात छत्रपतींच्या राजधानीत विजयादशमीचा दरबार भरविला जाई. दरबारात छत्रपतींना मुजरे व नजरा दिल्या जात. छत्रपतींकडून सरदारांचे सन्मान केले जात. याच वेळी परमुलखावरील नव्या मोहिमांचा पुकारा होई. पुढे पेशवाईत मराठी राज्याचा पसारा वाढला. छत्रपतींचे स्थानमाहात्म्य मागे पडून पेशव्यांच्या दरबारास महत्त्व आले. पावसाळा संपताच पेशव्यांचे सरदार पुण्यात गोळा होत. आगामी मोहिमांच्या योजना अगोदरच सिद्ध झालेल्या असत. विजयादशमीच्या शुभमुहूर्तावर त्यांचा प्रारंभ केला जाई. दरबार होऊन मिरवणुकीने सीमोल्लंघन होई. फौजबंद सरदार नगराबाहेर डेरेदाखल होत; आणि मग काही दिवस फौजांची जमवाजमव करण्यात गेले तरी मुहूर्तावर मोहिमेची सुरुवात झाल्याचे समाधान प्रत्येक मराठा सरदार व सैनिक याच्या मनात असे. या मुहूर्तावरील त्यांची श्रद्धा, रणांगणावरील त्यांचे नीतिधैर्य वाढविणारी ठरे.

पुढे रावबाजीच्या काळात म्हणजे शेवटच्या पेशव्याच्या काळात शत्रूच्या मुलाखावरील मराठ्यांच्या मोहिमा थांबल्या. सात हजार मैलांवरील इंग्रज शत्रूच मराठी राज्याच्या सीमा पार करून पुण्यात आल्यावर रावबाजी विजयादशमीचे सीमोल्लंघन ते काय करणार! त्याची विजयादशमी दरबारी थाटमाट, नाचगाणे व भव्य मिरवणूक यापुरतीच मर्यादित राहिली! पुढे मराठी राज्य इंग्रजांनी खालसा केले तरी विजयादशमीच्या दरबाराची प्रथा त्यांनी चालूच ठेवली. विजयादशमीचा दरबार हे मराठी संस्कृतीचे इतके अविभाज्य अंग होते की इंग्रजासारख्या परक्या राज्यकर्त्यांसही या मराठी

परंपरेचा मान राखावा लागला!

(पूर्वप्रसिद्धी : दै. पुढारी : विजयादशमी खास अंक : १९९२)

संदर्भ

१. मराठ्यांचे स्वातंत्र्ययुद्ध, पृ. २

२. राजारामचरितम्, सर्ग चौथा, श्लोक १-८

३. सेनापती संताजी घोरपडे, पृ. ८५-१०८

४. मराठी रियासत, पेशवा बाळाजीराव, पृ. ६००-६०१

◆

कुणबीण : मराठेशाहीतील स्त्री गुलाम

'कुणबी' हा शब्द व्यवसायवाचक आहे. म्हणजे शेती करणारा तो कुणबी. पण हा शब्द जातिवाचकही आहे. म्हणजे महाराष्ट्रात 'कुणबी' नावाची जात आहे. उदा. मराठा कुणबी, कोकणी कुणबी, खानदेशी कुणबी, गुजराथी कुणबी वगैरे. या कुणब्याची बायको म्हणजे कुणबीण असा एक सरळ अर्थ होऊ शकतो; पण मराठेशाहीच्या कागदपत्रांत 'कुणबीण' हा शब्द या अर्थाने येत नाही. तो 'स्त्री-गुलाम' या अर्थाने येतो. या 'कुणबिणी'चा कुणबी जातीच्या स्त्रियांशी काही संबंध नाही, हे ध्यानात घेतले पाहिजे.

जगाच्या पाठीवरील जवळजवळ सर्व प्राचीन संस्कृतींत 'गुलामगिरी अथवा दास्यत्व' याची पद्धती आढळते. मध्ययुगातही ती मोठ्या प्रमाणावर चालू राहिली. आधुनिक कालखंडात स्वतःला सुसंस्कृत समजणाऱ्या युरोपियनांनी आफ्रिका खंडातील लाखो-करोडो, निग्रोंना श्वापदांप्रमाणे पकडून त्यांचा अमेरिकेत व्यापार केल्याचा इतिहास सर्वज्ञात आहे. हिंदुस्थानात एवढ्या मोठ्या प्रमाणावर गुलामांचा व्यापार होत नव्हता, हे खरे. पण गुलामगिरीची पद्धती राजरोसपणे ब्रिटिशांची सत्ता स्थिर होईपर्यंत चालू होती, हेही तितकेच खरे.

महाराष्ट्रापुरते सांगायचे झाल्यास पुरुष गुलामांपेक्षा स्त्री गुलामांची संख्या मोठी होती; किंबहुना स्त्री गुलामांची खरेदी-विक्री झाल्याच्या नोंदी जशा मराठी कागदपत्रांत अनेक मिळतात, तशा पुरुष गुलामांच्या मिळत नाहीत. पुरुष गुलामांना 'पोरगे' असे म्हणत आणि त्यांचा जन्म स्त्री गुलामांच्या म्हणजे कुणबिणींच्या पोटीच झालेला असे. अशा पोरग्यांच्या मात्र नोंदी मिळतात. असे पोरगे आपल्या आईबरोबरच विकले जात आणि ते मात्र गुलाम समजले जात. पण त्यांची पुढची पिढी मात्र गुलाम समजली जात नसे. कुणबिणींचा व्यापार करणारे चारण, हेडे हे लोक असत. ते कुणबिणी जशा विकावयास आणत, तशा प्रकारे पुरुष गुलाम विकावयास आणल्याच्या नोंदी मिळत नाहीत.

मराठी कागदपत्रांत कुणबीण, बटीक या दोन्ही संज्ञा समान अर्थानेच वापरलेल्या दिसून येतात.

गुलाम अथवा कुणबिणी कशा केल्या जात?

रियासतकार सरदेसाई यांनी संपादित केलेल्या पेशवे दप्तराच्या आठव्या खंडात प्रस्तुत विषयावर एक अत्यंत महत्त्वाचा कागद प्रसिद्ध केला आहे. इंग्रजांनी धारवाड आदी कर्नाटकातील प्रदेश जिंकून घेतल्यावर एतद्देशीयांच्या रूढी, चालिरीतींविषयी जेवढी माहिती मिळेल तेवढी गोळा करण्याचा उद्योग सुरू केला होता. गुलामगिरीविषयीही त्यांनी धारवाडमधील मराठी माहीतगारांकडून माहिती घेतल्याचे दिसते. कागदात एकूण ३० कलमे असून, त्यांचे स्वरूप सवाल-जबाबासारखे आहे. त्यातून तत्कालीन समाजात रूढ असणाऱ्या गुलामगिरीच्या पद्धतीवर मोठा प्रकाश टाकला जातो. उदाहरणार्थ– कागदात पहिलाच सवाल असा विचारला गेला आहे की –

“किती जात पौ गुलाम बंदी आहेत?

ब्राह्मणखेरीजकरून, वरकड इतर जातीचे गुलाम बंदी आहेत हे दुसऱ्याचे घरी ताबेदारी राहातात. धेड मांग यांत मात्र गुलाम बंदी बहुतकरून नाही. कारण की, त्या जातीचे मनुष्य इतर उंच जातीचे घरी राबावयास उपयोगी नाही सबब.”[१]

या चार ओळींवरून कितीतरी गोष्टी स्पष्ट होतात. पहिली म्हणजे समाजातील सर्वोच्च समजल्या जाणाऱ्या ब्राह्मण वर्णातील कोणाही स्त्री-पुरुषाला गुलाम केले जात नसे. तसेच समाजातील सर्वांत कनिष्ठ वर्ण, ज्यांना अंत्यज म्हटले जात असे, अशा अतिशूद्र वर्णातील स्त्री-पुरुषांनाही गुलाम केले जात नसे. दोन्ही वर्णांबाबतच कारणे सर्वस्वी भिन्न होती. ब्राह्मण वर्ण सर्वश्रेष्ठ, भूलोकीचे देवच; त्यांना गुलाम कसे करता येईल? आणि अंत्यज हे अस्पृश्य, त्यांच्याकडून कामे करून घ्यायची तर घरीदारी सर्वत्र विटाळ होणार! तेव्हा त्यांना गुलाम करून काहीच उपयोगाचे नाही!

तेव्हा समाजातील ब्राह्मण व अंत्यज असे दोन वर्ण सोडल्यास इतर सर्व जातींतील लोक- विशेषतः स्त्रिया, गुलामगिरीस बळी पडत असत. अशा स्त्रिया 'कुणबिणी' म्हणून समाजातील प्रतिष्ठित लोक, विशेषतः ब्राह्मण, सरदार मंडळी व अधिकारी लोक, विकत घेऊन आपल्या पदरी बाळगत असत.

१८ व्या शतकात अनेक राज्ये हिंदुस्थानात, विशेषतः दक्षिणेत, उदयास आली. त्यांच्यात एकसारख्या लढाया, लष्करी मोहिमा, मुलखाची लुटालूट होत असे. धारवाडचा कागद सांगतो की –

“लढाईत कोणी पुरुषास धरीत नाहीत व गावगना लुटीचे समईहि कोणी

पुरुषास धरीत नाहीत. गावगना लुटीचे समई बायकास अगर मुलीस मात्र धरून आणितात. परंतु सलुकाने देत नाहीत. बायका व मुली लुटून आणिल्या त्या कुणबिणी होतात. त्यास देशी आल्यावर विकतात. पुरुष कोणी सलुखाने बोलीकरिता देतात अथवा मातबर पाहून बोली धरून आणितात. हे काही गुलामासारखे नव्हेत. बोली धरून नेल्यास देशी गेल्यावर विकीत नाहीत. बोलीच्या खंडाचा यैवज आल्यावर सोडतात.''[२]

यावरून स्पष्ट होते की परचक्राच्या वेळी गावेच्या गावे लुटली जात, त्या वेळी स्त्रियांना व मुलींना पकडून त्यांना गुलाम म्हणून विकले जाई. पुरुषांना खंडणीच्या लोभाने पकडले जाई. खंडणी भरली की त्यांची सुटका होई.

याशिवाय एखाद्या स्त्रीवर बदकर्म केल्याचा आरोप सिद्ध झाल्यास तिला सरकारमार्फत 'कुणबीण' केले जाई. धारवाडचा कागद म्हणतो –

''शूद्र वगैरे नीच जातीची स्त्री छिनाल्यास सापडली असतां, तिच्या भ्रतारास आगर तिजला दंड द्यावयास सामर्थ्य नसल्यास, विशेष प्रसिधीच्या ग्रहस्ताची नसल्यास, क्वचित कोठे येखादा मक्तेचा मामलदार कुणबीण करून कोठीत ठेऊन कोणास देत होता अथवा विकीत होता. यास शास्त्र नाही. जुलमाने कुणबीण करितात. शास्त्रांत कुणबीण करावी आसे नाही. काही दंड काही प्रायश्चित्त आसे आहे, त्यांत दंडायैवजी कुणबीण करतात जुलमाने.''[३]

छिनाळ्यात म्हणजे बदकर्मात एखादी स्त्री सापडली म्हणजे तिला कुणबीण करावे ही गोष्ट शास्त्रसंमत नाही, असे जरी या कागदात म्हटले असले तरी समाजातील वस्तुस्थिती वेगळी होती. छिनाल स्त्रीला कुणबीण करण्याची रीत समाजसंमत होती. एवढे खरे दिसते की, प्रतिष्ठित घराण्यातील स्त्रीच्या संदर्भात तिच्याकडून सरकार गुन्हेगारी (दंड) म्हणून जबर रक्कम घेऊन प्रकरण मिटवीत असे. उदाहरणार्थ, सन १७५९-६० सालची पेशवे रोजनिशीमधील एक नोंद पाहा –

''अंदाई पाटलीण मौजे वडगांव कर्यात निंबसोड माईणी हिने झगडपुरी गोसावी वस्तीं पुसेसावळी याशी बदमल केला. याजकरितां हरदुजणांस हुजूर आणविली होती. त्यास बाळंभट वस्ती वडगांव निसबत माहादेव गोसावी यांनी हुजूर येऊन, हरदुजणांविशी विनंति अन्याय माफ करावयाविषयीं करून, हरदुजणांकडे गुन्हेगारी करार रुपये ७००० सात हजार यमाजी शिवदेव याचे मार्फतीनें करार करून हरदुजणांचे नांवे अभयपत्रें की, सरदहू ऐवजाचा वसूल सरकारांत देऊन पावलीयाचा जाब घेऊन सुखरूप राहणें, कोणेविशी ज्याजती उपसर्ग लागणार नाही ह्मणून अभय पत्रें : -

१ अंदाई घारगी पाटलीन मौजें वडगांव.

१ झगडपुरी गोसावी मौजें पुसेसावळी.

—

२

सदरील ऐवजाचा हवाला यमाजी शिवदेव यांजकडे मुदत.''[४]

त्या काळी भयंकर दुष्काळ पडत. हजारो, लाखो माणसे अन्नाविना तडफडून मरत. अशा वेळी आईबाप आपली मुले-मुली विकत असत. अशी मुले-मुली विकत घेणाऱ्याच्या घरत गुलाम म्हणून राहत असत. अशा मुली मोठ्या झाल्या की त्या कुणबिणी म्हणून घरीदारी काम करत असत.

गुलामाच्या कामाचे स्वरूप

धारवाडचा कागद पुरुष गुलामाच्या कामाविषयी सांगतो की, ''त्यांणी घरचे काम (मालक) जे हुकूम करतील ते, घोड्याची खिजमत व आपली खिजमत, घर सारवणे, धुणे वगैरे जे काम पडेल ते व शेतकामसुधा करावे. बासनबर्तन मांजणेसुधा.''

पुढे स्त्री गुलामाच्या म्हणजे कुणबिणीच्या कामाविषयी म्हटले आहे, ''कुणबिणीचे काम (म्हणजे) घरसारवण, भांडी घासणे, धुणे धुवावे, शेतकाम करावे, गुराची चाकरी करावी व हरयेक पडले काम धणी हुकूम करील दलण-कांडणसुद्धा करावे. येखादा धणी आपल्या इष्काकरिताही (कुणबिणीस) ठेवतो.''

गुलामासही उच्चनीच जातीचा भाव सोडून जात नसे. उच्च जातीचा गुलाम सहसा नीच जातीच्या मालकाकडे राहत नाही. कागद पुढे म्हणतो,

''परंतु बंदीची जात उंच आहे तरी बहुत करून नीच घरी राहत नाही. उंच घरी नीच जातीची राहिल्यास आपल्या नीच जातीच्याप्रो काम करावे. कदाचित उंच जातीची नीच जाती मुसलमान वगैरे याणी घेतल्यास जातिभ्रष्ट होऊन नीच जातीप्रो राहाती. हे बहुतकरून नर्मदेपासून तुंगभद्रेपर्यंत चाल आहे.''[(४अ)]

कुणबिणी कोणत्या समाजातील असत?

तत्कालीन कागदपत्राचा अभ्यास करताना कुणबिणी कोणत्या समाजातून येत असत, याची थोडीबहुत कल्पना येते. सन १७४६ मध्ये आवजी कवडे या अधिकाऱ्याने सातारच्या शाहू छत्रपतींच्याकडे ५ कुणबिणी व दोन पोरगे पाठविल्याची एक नोंद पेशवे दप्तरात मिळते. ती अशी –

''जमा कोठी मुा सातारा

आवजी कवडे याजकडून बटकी आणविल्या त्या मारनिलेनी पाठविल्या गु॥ सदासिव उधव व पोरगे सुमार

२. गोजरी बटीक मौजे धानोरे प्रा कलमनुरी येथील कुणबी जातीचे कुणबी उमर वर्ष ३०

१ बटीक

१ पोरगा जावजी उमर वरसे २

—

२

२ राधी बटीक जातीची चांगली मराठी मौजे किन्होले प्रा वसमत उमर ३०

१ बटीक

१ पोरगा औधुत उमर वरसे ४

—

२

१ कृष्णी बटीक जातीची पंचाल सोनार मौजे सोनपिपरी प्रा उमरखेड उमर वरसे २५ याो

१ कासी बटीक जातीची रजपूत जात चांगली दीपचंद हजारी मौजे बाभुलवाडी प्रा धुले याचे घरची उमर वरसे ३०

१ राधी बटीक जातीची हाटकर धणगर चांगले कुणबी पाणी पितात व हातचे जेवितात मौजे ब्राह्मणगाऊ प्रा उमरखेड उमर वरसे २५ याो

येकूण सात

५ बटीक

२ पोरगे

—

७

वाडा मुा सातारा जमा असेत बेा याद नारो वलल कोटनीस कोठीस जमा असेत''[५]

पुण्यात सन १७६२-६३ साली पेशव्यांच्याकडे एकूण १९७ कुणबिणी होत्या. त्यांना दसऱ्याच्या सणाच्या निमित्ताने १३०३ रुपयाची लुगडी व चोळखण घेतल्याची भली मोठी यादी पेशवे रोजनिशीत प्रसिद्ध झाली आहे. त्यामध्ये थोरली कोठी, थट्टी, नाटकशाळा, हुजूरपागा, मुकदाप कोठी, पार्वतीबाई, रमाबाई यांच्याकडे असणाऱ्या कुणबिणींच्या नावांवर नजर टाकली तरी त्या कोणत्या जातीच्या कोणाकडून मिळाल्या याचा बोध होतो. उदाहरणार्थ थोरल्या कोठीकडे असणाऱ्या कुणबिणी पाहा –

''मोहिनी - समसेर बहाद्दरपैकी

लछी - गोविंद बल्लाळ पैकी

राधी - मुसाफर जंगपैकी

कृष्णी धनगर

स्वरूपी खानदेशी

कुशी सोनारीण
मैनी बेलदारपैकी
भिमी परटीण
राणी चुकारू''[६]

कुणबिणीचा दर्जा एखाद्या जनावरासारखा किंवा वस्तूसारखा

तत्कालीन समाजात कुणबिणीचा दर्जा काय होता, याविषयी एखाद-दुसरी तत्कालीन कागदपत्रांतील नोंद पाहिली तर ध्यानात येईल. थोरल्या माधवराव पेशव्यांच्या रोजनिशीतील १७६४-६५ सालची एक नोंद पाहा –

'मुरारभट कडूसकर यांजकडून बटीक कस १ किंमत रुपये ६० साठ रुपये खरेदी केली. कलम १

मौजे कोलीत तर्फ चाकण येथील कुणबियापासून म्हैस सर एक खरेदी केली तिची किंमत रुपये ३० तीस रुपयास खरेदी केली कलम १

एकूण नव्वद रुपयांत दोन खरेदी केली, त्यास सदरहूचा जकातीचा आकार होईल तो मशारनिल्हेचे नांवें माफ खर्च लिहिणें, म्हणोन महादजी नारायण व सदाशिव रघुनाथ कमावीसदार जकाती प्रांत पुणे व जुन्नर यांचे नावे सनद[७]

दुसऱ्या बाजीराव पेशव्याच्या काळातील एक नोंद अशी आहे –

"तालुके रत्नागिरी येथे शिलकी कुणबिणी फार आहेत. त्यांपैकी सरकार कामास जरूरातील धडधाकट चांगल्या पाहून शिलकेस राखणे बाकी राहतील त्या चौकशीने फ्रोक्त करणें, यांत निकामी केवळ ह्यातार्‍या कोणी विकत न घेई अशा असतील त्या दरकदाराचे विद्यमानें सोडून देणें, ह्मणोन नारो अनंत व विठ्ठल नारायण मामलेदार तालुके मजकूर यांचे नांवें सनद''[८]

उपरोक्त दोन्ही नोंदी स्वयंस्पष्ट आहेत. त्यावर अधिक टिपणी करण्याची गरज नाही.

पेशवे रोजनिशीत कुणबिणींच्या खरेदी-विक्रीच्या अनेक नोंदी आढळतात. त्यातील काही सामाजिकदृष्ट्या महत्त्वाच्या आहेत. उदाहरणार्थ, घरातील एखादी व्यक्ती मृत झाल्यावर होणाऱ्या उत्तरकार्यात ब्राह्मणांस दान म्हणून कुणबिणी दिल्या जात. ही नोंद पाहा –

"केसो महादेव फडके मृत्यु पावले, त्यांचे उत्तर कार्याबद्दल ब्राह्मणांस द्यावयास शेषाद्रि शास्त्री यांचे स्त्रीजवळून पुण्यांत कुणबीण कस १ एक ऐशी रुपयांस खरेदी केली, त्याचे जकातीचा आकार होईल तो माफ खर्च लिहून, जकातीचा तगादा न करणें ह्मणोन, भिकाजी विश्वनाथ कमावीसदार, जकात प्रांत पुणे व जुन्नर, यांचे नांवे.

सनद.''[९]

कुणबीण ही एकदा वस्तुविनिमयाचे साधन मानले गेले की मग इतर वस्तूंप्रमाणेच तिची देवाण-घेवाण होणे स्वाभाविक होते. काही वेळा कर्जफेडीसाठी कुणबिणींचा वापर केलेला दिसतो. उदाहरणार्थ –

''चिमाजी जगथाप, खिजमतगार, याणें आपली कुणबीण पोर्गी कर्जामधे नारायणजी परभू यांस तीस रुपयांस मौजे असदें, तर्फ सेदोर, येथें विकत दिल्ही, तिचे जकातीचा आकार यास माफ केला असे, तरी तगादा न करणें ह्मणोन, आनंदराव भिकाजी रास्ते यांचे नावे सनद''[१०]

एखादे गुरू भटकत राहते, त्याला कोणी मालक असत नाही. असे गुरू सापडले तर त्याला चुकारूचे गुरू म्हणतात. अशा प्रकारे भटकत आलेल्या कुणबिणीस 'चुकारीची कुणबीण' असे म्हटले जात असे. कोनेर त्रिंबक नावाच्या सरकारी अधिकाऱ्यास अशीच एक चुकारीची कुणबीण (बटीक) मिळाली. त्या संदर्भातील बाळाजी बाजीराव पेशवे याच्या रोजनिशीतील नोंद म्हणते –

''कोनेर त्रिंबक यांचे नांवें सनद लिहून दिली की मशारनिल्हे विनंति केली की आपणांस चुकारीची बटीक कास १ एक सापडली आहे. तेवढी आपणांस बक्षीस करून द्यावी. ह्मणोन त्यावरून तुह्मास सदरील चुकारी बरहुकूम बटीक बक्षीस केली असे ह्मणून सनद लेहून दिल्ही''[११]

कुणबिणींची खरेदी-विक्री करणारे जे चारण, हेडे वगैरे प्रकारचे लोक असत त्यांचे व्यवहार कसे चालत यावर प्रकाश टाकणारा एक कागद पेशवे दप्तरात मिळतो. सवाई माधवराव पेशव्यांचे हे सन १७८० सालचे आज्ञापत्र आहे –

''आज्ञापत्र राजश्री पंत प्रधान ताा लालखान व मलिकखान व पीरखान व दाऊदखान व लाला वस्ती मौजे देवठाण परगणे सिरसाले राघू वगैरे चारण याणी तुम्हांपासून कुलबिणी म्हणोन खरिदी करून, ताज्या बराबर कोकणांत पेणचे बंदरी नेऊन, ब्राह्मणास वगैरे लोकास विकीत होते; परंतु त्या गर्ती बायका असें पेणचे जकाते यास व हुजूरचे गाडदी तेथे होते त्यांस कळले. त्याजवरून त्याणी बायका व चारण यास सरकरांत आणून हवाली केल्या. त्याची चौकसी करितां बायकाचे जबानीत लिहिलें घडलें की आम्हांस चारणानी फिताऊन नेलें, आणि विकीत होते. त्याजवरून चारणास पुसतां त्याणी लेहून दिल्हे की आम्हीं लालखान व मलिकखान वगैरे देवठाण तकर याजपासून खरीदी केल्या आहेत ते दाखऊन देतों; म्हणोन त्याजवरून हे आज्ञापत्र सादर केलें असे; तरी येविसीची चौकसी करावी लागते. सबब ढलाईत आसामी २ दोन पाठविले आहेत, याजबरोबर देखत आज्ञापत्र हुजूर येणे.''[१२]

कुणबिणींचे दोन प्रकार : खासगी आणि सरकारी

समाजातील प्रतिष्ठित लोक आपल्या घरकामासाठी बाजारातून एखादी गृहोपयोगी वस्तू आणावी, त्याप्रमाणे कुणबीण विकत आणत असत. अर्थात अशा स्त्रीवर मालकाची पूर्ण मालकी असे. तो तिला दुसऱ्याला विकू शकत असे किंवा ब्राह्मणास दानही देऊ शकत असे. तिला मुक्त करणे हे मालकाच्या मर्जीवर असे. बहुधा अशा स्त्रिया स्वतःला मुक्त करून घेण्याच्या भानगडीत पडत नसणार. कारण मुक्त झाल्या तरी त्यांना कोण आधार देणार ? त्यापेक्षा प्राप्त परिस्थितीत समाधान मानून राहत असाव्यात.

सरकारी कुणबिणी म्हणजे सरकारच्या मालकीच्या अथवा सरकारच्या ताब्यात असणाऱ्या कुणबिणी. पेशवेकालात मराठ्यांची सत्ता महाराष्ट्राच्या बाहेर उत्तर हिंदुस्थानात अनेक प्रांतांत पसरली. पेशव्यांचे अनेक सरदार उत्तरेत मोहिमा करू लागले. काहींचे वास्तव्य तिकडेच घडू लागले. हे सरदार आपल्या धण्याकडे, म्हणजे पेशव्याकडे, उत्तर हिंदुस्थानातून कुणबिणी पाठवीत असत. उदाहरणार्थ, सन १७४८-४९ च्या एका नोंदीत उत्तरेतील पेशव्यांचा सरदार गोविंदपंत बुंदेले यांने पेशव्यांकडे दहा कुणबिणी पाठविल्याचा उल्लेख येतो. मागे उल्लेखिलेल्या १९७ कुणबिणींच्या यादीत काही कुणबिणींच्या समोर 'समसेर बहाद्दरपैकी' 'गोविंद बल्लाळपैकी' अशी जी माहिती दिली आहे ती याच अर्थाने होय.

सातारचे शाहू महाराज व पेशवा बाळाजी बाजीराव यांची भेट झाली असता महाराजांनी पेशव्यास बटकीच्या दहा-अकरा वर्षांच्या दोन सुंदर मुली नाचगाण्यासाठी पाठवून देण्याची आज्ञा केल्याचा एका पत्रात उल्लेख येतो.[१४]

सन १७६० मध्ये बाळाजी बाजीराव उत्तरेच्या स्वारीवर असता खानदेश प्रांतातील आपला अधिकारी कृष्णाजी विश्वनाथ यास कुणबिणींच्या प्रयोजनाविषयी काय लिहितो पाहा –

"कृष्णाजी विश्वनाथ प्रांत खानदेश यास, पत्र की सरकारांत कुणबिणींचे प्रयोजन आहे तरी पाय उतारा धावावया योग्य, काळ्या, उंच, बळकट, सडसडीत या बानीच्या खरेदी करून असामी १० दाहा आणून ठेवणें. खासा स्वारी देशीं आल्यावर पाठवून देणें ह्मणून."[१५]

याचा अर्थ पेशवा पालखीतून प्रवास करीत असता त्याच्या बरोबर त्याच्या सरबराईत राहू शकणाऱ्या, पालखीबरोबर सतत पळू शकणाऱ्या कुणबिणींची त्याला गरज होती. अशा खास कामासाठी मागवलेल्या अथवा ठेवलेल्या कुणबिणींना सरकारातूनच काही मुशाहिराही मिळत असावा. प्रसंगी काही बक्षिसादाखल रक्कमही मिळत असावी. पाहा –

"नारो त्रिंबक यांसी सनद की, तालुके मजकुरीं कुणबिणी शिद्दिणी आहेत; त्या दारूखान्याचे काम करितात, मेहनत फार पडते, जंजीरे मजकुरी सरसुभाची स्वारी जाहली तें समयी कुणबिणींनी अर्ज केला त्यावरून रुपये ३० तीस सालाबादचे नेमणूक खेरीज एक साला दर असामीस एक रुपयाप्रमाणे दिल्हे. ते बक्षीस खर्च लिहिणें मजुरा असेत म्हणोन."[१६]

याशिवाय पेशव्यांचे घरातील स्त्रिया आपल्या सेवाचाकरीसाठी काही कुणबिणी विकत घेऊन जवळ बाळगीत.

या प्रकारच्या कुणबिणींना चांगल्या प्रकारे वागविले जात असावे, असे वाटते. प्रसंगविशेषी त्यांना बक्षिसी वगैरेही मिळत असावी. पण अशा प्रकारे पेशव्यांच्या निवासस्थानी, शनिवारवाड्यात, काम करणाऱ्यांची संख्या फार थोडी असावी. बाकीच्या कुणबिणी पेशव्यांचे शिकारखाना, दारूखाना, तोफखाना, पागा इत्यादी जे १८ कारखाने होते, त्याकडे कामास असत. निरनिराळ्या किल्ल्यांवर बांधकामाची, दारू तयार करण्याची कामे चालू असत. त्यावर कुणबिणी ठेवल्या जात. विशेषतः बदकर्मात सापडलेल्या स्त्रियांना शिक्षा म्हणून कुणबिणी अथवा बटकी म्हणून अशा कामावर पाठविले जाई. पेशवे रोजनिशीतील पुढील एक नोंद पाहा –

"मैनी कोम विठोजी सोनार, वस्ती कसबे गोरेगांव, प्रांत राजपुरी, ही विठोजी मजकूर मृत्यु पावल्यावर तेथून पळून पुणेयांस येत होती, ती गोविंदराव व चिमाजी माणकर मामलेदार, प्रांत मजकूर यांणी धरून नेऊन कैदेंत ठेविली. पुढे गोविंद जोशी रेवदंडेकर यांस माणकर यांणी धर्मादायाचे ऐवजांत दिल्ही. तिला त्यांणी पुणियास आणिली, तेव्हा गणेशशेट सोनार, वस्ती पेठ शनवार, शहर पुणें, याणें जोशीयास शंभर रुपये देऊन धर्मार्थ सोडविली; आणि आपले आईबापांचे घरी जाणें ह्मणोन तीस सांगितलें. तें न ऐकतां शहरात राहून बदकर्मे करीत होती, सबब कैद करून किल्ले चाकण येथें पाठविली असे, तरी किल्ले मजकुरी स्वारींत ठेऊन, किल्ल्याचे कोठीकडे इजपासून चाकरी घेऊन पोटास शेर शिरस्तेप्रमाणें देत जाणें ह्मणोन, नारायणराव कृष्ण किल्ले मजकूर यांचे नांवें सनद १"[१७]

खासगी कुणबिणीने मालकाच्या घराबाहेर पडून जारकर्म केले, तर सरकार त्यांची दखल घेऊन त्यांना शिक्षा म्हणून, 'सरकारी कुणबिणी'त दाखल करत असे. सन १७७२ च्या एका नोंदीत पुण्यातील काही खासगी कुणबिणी फ्रेंच इसमांकडे गेल्या, तेव्हा सरकारने त्यांना अटक करून सरकारी इमारतीच्या कामावर पाठवले. पाहा –

"फरासीरासजवळ बटकी पुण्यांत गेल्या, सबब त्यांस जातीखेरीज करून किल्ले सिंहगड येथे पाठविल्या आहेत.

बटकी

२ उमी, दिंमत कृष्णाजी लक्ष्मण जोशी.

१ उमी उमर वर्षे ३०

१ पोरगा उमीचा उमर वर्षे ३

—

२

१ साळी, दिंमत दारकी खेत्रीण वस्ती पेठ नारायण उमर वर्षे २२.

—

३

एकूण तीन माणसें पाठविली आहेत, यांस किल्ले मजकुरीं अटकेस ठेऊन इमारतींचे वगैरे काम घेऊन पोटास शेर शिरस्तेप्रमाणे देत जाणे.''[१८]

भ्रष्ट कुणबिणींच्या संसर्गातून उद्‌भवलेली प्रायश्चित्त प्रकरणे

अंत्यज जातीमधील स्त्रियांना कुणबिणी केले जात नसे, हे मागे सांगून झालेच आहे. पण काही वेळा उच्च जातीच्या कुणबिणीचा अंत्यजाशी संबंध आल्याचे उघडकीस येई किंवा अंत्यज जातीची स्त्री आपली जात लपवून उच्च जातीच्या घरी कुणबीण म्हणून राही; अशा वेळी घरीदारीच्या वावरामुळे जो विटाळ होई, तो भयंकर भ्रष्टाचार व पाप मानले जात असे ! अशा वेळी ब्रह्मवृंदाकडून संबंधितांना प्रायश्चित्ताचा विधी सांगितला जाई. प्रायश्चित घेतल्यावर या मंडळींचे शुद्धीकरण होई.

सवाई माधवराव पेशव्यांच्या काळात घडलेली ही गोष्ट आहे. तालुके शिवनेरचा मामलेदार बाळाजी महादेव याच्या घरी प्रभू जातीची एक कुणबीण होती. सुमारे अडीच वर्षे ती घरातील झाडणे, सारवणे, भांडी घासणे, भाज्या चिरणे, बिछाने घालणे ही सर्व कामे करीत असे. एक दिवस तिने पूर्वी अंत्यजाशी व्यभिचार केल्याची गोष्ट उघड झाला, तेव्हा सर्वत्र हाहाकार माजला ! ब्रह्मवृंद खवळून गेला ! अंत्यजाशी संबंध आलेल्या स्त्रीचा विटाळ सतत अडीच वर्षे ब्राह्मण कुटुंबाशी होणे, ही त्या काळातील मोठी अधर्माची बाब होती. पण ब्रह्मवृंदाजवळ अशा प्रकारच्या धार्मिक गुन्ह्यासाठी विविध प्रायश्चित्ते तयार असत. त्यांनी बाळाजी महादेवास प्राज्यापत्य प्रायश्चित्त सांगितले. हे प्रायश्चित्त बाळाजी, त्याची पत्नी, त्याची आई, त्याचे चुलत बंधू, त्याचे पुत्र, त्याची सून या सर्व मंडळींनी घ्यायचे होते. एकूण १६०० ब्राह्मणांना उत्तम प्रकारचे भोजन दक्षणेसह द्यायचे होते. त्यासाठी ३०००/- रुपये खर्चाची मर्यादाही घालून दिली होती. ही ब्राह्मण भोजने जुन्नर, नाशिक, पुणतांबे व पुणे येथील वैदिक, अग्निहोत्री, श्रौती, पंडित, अध्यापक अशा ब्राह्मणांसाठी विधिपूर्वक घालावीत, अशी अट घातली गेली होती.

या प्रायश्चित्त विधीने घरातील माणसे शुद्ध होणार होती. पण घरातील जमीन, भिंती, खांब, कपाटे, भांडीकुंडी, धान्य, वस्त्रे यांना झालेला विटाळ कसा घालवावा,

हेही ब्रह्मवृंदाने सांगितले होते. ते येणेप्रो –

“गृहांतून वस्त्रपात्र धान्यादिक बाहेर काढून गृहभूमीचें खनन दहन करून संमार्जन करून गायीचें परिभ्रमणादिक करून प्रायश्चित्तोक्त ब्राह्मणभोजन करावे.

कलम १

घरातील मृत्तिकाभांडी असतील ती त्यागावी, व पाकसंमंधीं लाकडाची पात्रें असतील ती टाकावी, व पाट असतील ते तासून घ्यावे. चौकटी, कवाडे, खांब खरवडून धुवावे.

कलम १

तांब्याची व पिळेची भांडी वगैरे धातूची भांडी असतील तीं ताऊन घ्यावीं. कथलाची असतील ती आटवावीं.

कलम १

सर्व वस्तुमात्रांवर पंचगव्य प्रोक्षण करावे, व घरच्या देवांची अर्च शुद्धी करावी.

कलम १”[१९]

दुसरे उदाहरण आहे प्रत्यक्ष अंत्यज स्त्रीचा ब्राह्मण कुटुंबास झालेल्या विटाळाचा ! ही गोष्ट आहे १७९५ ची म्हणजे ऐन पेशवाईतील. बाजीराव मोरेश्वर भावे याच्या घरात एक कुणबीण होती. ती जातीची चांभारीण असल्याचे चार महिन्यांनंतर उघडकीस आले. तेव्हा बाजीराव मोरेश्वराच्या कुटुंबास तर प्रायश्चित्त सांगितले गेलेच; पण त्याच्या शेजारी राहणाऱ्या नरहर गोपाळ याच्या ब्राह्मण कुटुंबासही प्रायश्चित्त घ्यावे लागले. दोन्ही कुटुंबांच्या घरांच्या दरम्यान भिंत होती; पण दोन्ही कुटुंबाची विहीर एकच होती ! तेव्हा तिचे पाणीही विटाळले! सबब शेजाऱ्यासही प्रायश्चित्त![२०]

कुणबिणींची मुक्तता कशी होई?

दुष्काळात ज्या मुली विकल्या गेल्या, अगर कोणी स्वतःच विकून घेतले असेल, त्यांस त्याच्या जातीतील लोकांनी खटपट केली तर सुटकेची आशा असे. “ज्ञातीतील लेकरू ज्ञातीत यावे” या न्यायाने त्या त्या ज्ञातीतील लोक प्रयत्न करून, काही रक्कम मालकास मोबदला देऊन कुणबीण झालेल्या मुलीस परत ज्ञातीत आणीत. म्हणजे मुक्त करीत.[२१]

पण एरवी कुणबिणीची मुक्तता ही मालकाच्या मर्जीवर असे. काही प्रसंगी कुणबीण पळून जाई. पण अशा घटना क्वचितच होत असे दिसते. सरकारी कुणबिणींच्या बाबतीत पळून जाण्याचे प्रकार अधिक दिसतात.[२२] खासगी कुणबीण बहुधा सर्व हयातभर मालकाच्याच घरात राबत राहत असे.

सरकारी कुणबीण म्हातारी झाल्यावर दयाळू (!) सरकार तिला सोडून देत असे.

पेशवे रोजनिशीतील नोंद पाहा –

"पागा दिंमत बाबा महात याचे पागेस गोविंदराव मांजरे पैकी बटीक सरकारची आहे ती म्हातारी झाली, बहुत दिवस चाकरी केली, सबब तीस सोड दिली असे, तरी पागा मजकुरीं, बटीक सोड खर्च लिहिणें आणि सोड देणें. म्हणोन सोडचिटी."[२३]

काही प्रसंगी सरकारी कुणबिणीकडून नवी कुणबीण घेऊन तिला सोडचिठ्ठी दिली जाई. उदा. –

"सखी कुणबीण दिंमत पागा हुजूर हीस अभयपत्र कीं, तुजपासून नवी कुणबीण सरकारांत घेऊन तुजला सोड दिल्ही असे, तरी तूं हरकोठें सुखरूप राहणे तुजकडे सरकारचा लांझ्या नसे. म्हणोन पत्र."[२४]

१७८५ सालची सिंहगडावरील कुणबिणींच्या संदर्भात एक अशीच नोंद आहे. मेघी व तिची लेक कृष्णी या दोन कुणबिणी सिंहगडावर दारूखान्याच्या कोठीवर कामास होत्या. मेघी साठसत्तर वर्षांची म्हातारी झाली व कृष्णी काम करताना पडून अधू झाली. त्या दोघींनी एक नवी तरुण कुणबीण मोबदल्यात देऊन सुटकेची याचना केली. सरकारने ती मान्य केली.[२५]

सरकारी कुणबिणींना त्यांच्या कामाचा थोडा बहुत मोबदला पैशाच्या रूपाने मिळत असावा. असे पैसे साठवून मग या कुणबिणी एखादी तरुण कुणबीण विकत घेऊन ती आपल्या मोबदल्यात सरकारात देत असत, असे कागदपत्रांच्या अभ्यासावरून स्पष्ट होते. अर्थात सर्वच कुणबिणींना असे करणे शक्य होत असेल असे नाही. ज्यांना शक्य होत नसेल, त्यांना म्हातारपणी सरकार सोडून देत असे. अशा असहाय अवस्थेतील कुणबिणीचे जिणे कसे होत असेल, याची आपण कल्पना करू शकतो.

आज आपला देश व त्यातील समाज स्वतंत्र आहे. भारताचे स्वतंत्र नागरिक म्हणून आपण राहत आहोत. आजच्या पिढीला आपल्या देशात अवघ्या दोनशे वर्षांपूर्वी गुलामगिरी अस्तित्वात होती, हे सांगूनही पटणार नाही. तथापि ही ऐतिहासिक वस्तुस्थिती आहे. अर्थात जो समाज आपल्यातील आया-बहिणींना पतिनिधनानंतर त्याच्या चितेवर चढवून जिवंतपणे जाळत होता, त्या समाजात स्त्रियांची जनावरांप्रमाणे खरेदी-विक्री होत असे, या घटनेचे आश्चर्य खरे तर वाटावयास नको आहे!

(पूर्वप्रसिद्धी : महाराष्ट्रेतिहास परिषद निबंधसंग्रह, इतिहास संशोधन मंडळ, मुंबई, १९७१ : सुधारित)

संदर्भ

१. पेशवे दप्तर, खं ८, पृ. ३२

२. कित्ता, पृ. ३३-३४

३. कित्ता, पृ. ३३

४. बाळाजी बाजीराव पेशवे यांची रोजनिशी, पृ. ६८
४अ. पेशवे दप्तर, खंड ८, पृष्ठ ३२-३३
५. पेशवे दप्तर, खं ४५, पृ. ८६-८७
६. थोरले माधवराव पेशवे यांची रोजनिशी, भा. २ पृ. ३१८-३२३
७. कित्ता, पृ. ३२४
८. दुसरे बाजीराव पेशवे यांची रोजनिशी, पृ. २४७
९. सवाई माधवराव पेशवे यांची रोजनिशी, पृ. २५०
१०. कित्ता, पृ. २४९
११. बाळाजी बाजीराव पेशवे यांची रोजनिशी, पृ. १९०
१२. पेशवे दप्तर, खं. ४३, पृ. ४५
१३. बाळाजी बाजीराव पेशवे यांची रोजनिशी, पृ. १८८
१४. पेशवे दप्तर, खं. ८, पृ. २३
१५. बाळाजी बाजीराव पेशवे यांची रोजनिशी, पृ. १९५
१६. थोरले माधवराव पेशवे यांची रोजनिशी, पृ. ३२४
१७. सवाई माधवराव पेशवे यांची रोजनिशी पृ. २५२-२५३
१८. कित्ता, पृ. २५१-२५२
१९. कित्ता, पृ. २६६-२६९
२०. पेशवे दप्तर, खं. ४३, पृ. ८१-८२
२१. कित्ता, खंड ८, पृ. ३५
२२. बाळाजी बाजीराव पेशवे रोजनिशी, पृ. १९१
२३. थोरले माधवराव पेशवे यांची रोजनिशी, पृ. ३२४.
२४. कित्ता, पृ. ३२५
२५. सवाई माधवराव पेशवे रोजनिशी, पृ. २५३

◆

मराठेशाहीतील छत्रपती ऱ्हासाला का गेले?

मराठेशाहीचा उदय ही १७ व्या शतकातील दक्षिणेच्या राजकीय पटलावरील सर्वांत महत्त्वाची घटना होय. या मराठेशाहीची स्थापना प्रथम निजामशाहीच्या व नंतर आदिलशाहीच्या पदरी असणाऱ्या शहाजीराजे भोसले यांच्या शिवाजीराजे या सुपुत्राने घडवून आणली. शिवाजी महाराजांनी केवळ स्वतंत्र राज्यच निर्माण केले असे नाही, तर स्वतः 'छत्रपती' म्हणून घोषित करून त्या राज्यावर कळस चढविला. परंतु त्यांच्या निधनानंतर त्यांनी स्थापन केलेल्या हिंदवी स्वराज्याच्या इमारतीस एकामागून एक असे धक्के बसले, की या कळसाची स्थिती दोलायमान झाली. राजाराम महाराज व महाराणी ताराबाई यांच्या काळात हा कळस स्थिर करण्याचा त्यांनी मोठा यत्न केला; पण शिवछत्रपतींच्या काळातील स्थैर्य त्यास कधीच लाभले नाही. त्याचा जो ऱ्हास सुरू झाला, तो कोणालाच थोपवता आला नाही. असे का व्हावे, याचा मागोवा घेणे, इतिहासाच्या अभ्यासकास उद्बोधक ठरावे.

छत्रपतिपदाची निर्मिती

इ. स. १२९४ मध्ये दिल्लीच्या अल्लाउद्दीन खिलजीने देवगिरीच्या यादवांचा पहिला पराभव करून इस्लामी सत्तेचा दक्षिणेत प्रवेश घडविला. त्याचा पुत्र मुबारक याने तर सन १३१७ मध्ये यादवांचे राज्यच खालसा करून प्रत्यक्ष आपली राजवट सुरू केली. अशा प्रकारे महाराष्ट्र परक्या सत्तेच्या वरवंट्याखाली गेला. खिलजीनंतर तुघलक आले, त्यानंतर बहामनी सुलतानांच्या राजवटी झाल्या. बहामनी सत्तेचे विसर्जन झाल्यावर महाराष्ट्रावर निजामशाही व आदिलशाही या सत्तांची राज्ये प्रस्थापित झाली. १७ व्या शतकात उत्तरेकडील मोगल सत्तेने दक्षिणेत मुसंडी मारली आणि निजामशाही गिळंकृत केली, तेव्हा अर्धा महाराष्ट्र मोगली सत्तेच्या अधिकारात आला. अशा प्रकारे शिवाजी महाराजांच्या उदयापूर्वी सुमारे ३५० वर्षे महाराष्ट्राची भूमी या ना त्या परकीय सत्तेच्या जोखडाखाली रखडत राहिली.

महाराष्ट्राने स्वातंत्र्यसूर्याचे दर्शन घेतले, ते हिंदवी स्वराज्याच्या स्थापनेनेच!

निजामशहा आणि आदिलशहा यांच्या दरबारी अनेक मराठा घराण्यांचा उदय झाला होता. अनेक घराण्यांनी आपल्या पराक्रमांनी नावलौकिकाबरोबर जहागिऱ्याही पैदा केल्या होत्या. त्यांपैकी कित्येकांना 'राजा' हा किताबही या शाह्यांनी बहाल केला होता. असे राजे असणारी जाधव, मोरे, शिर्के, महाडिक, निंबाळकर इत्यादी अनेक घराणी महाराष्ट्रात वावरत होती. तथापि शहांनी दिलेल्या या 'राजे'पणाच्या दिमाखात त्यांना मातृभूमीच्या पारतंत्र्याचा विचारही शिवत नव्हता.

उपरोक्त घराण्यांत भोसल्यांचेही एक घराणे होते. पण या घराण्यातील शहाजीराजे व त्यांचे पुत्र शिवाजीराजे या दोन पुरुषांनी मात्र वेगळी वाट चोखाळली. शहाजीराजांनी निजामशाहीचा अस्त झाल्यावर तिचे पुनरुज्जीवन करून नवीन निजामशाही स्थापन करण्याचा प्रयत्न केला. खरे तर या नव्या निजामशाहीचे बोलविते धनी शहाजीराजेच होते. एका अर्थाने निजामशाहीचा बुरखा घेतलेले ते मराठी राज्यच होते; पण शहाजीराजांचा हा प्रयोग यशस्वी झाला नाही. याच्या पुढची पायरी शिवाजी महाराजांनी गाठली; आणि कोणताही बुरखा न घेतलेले, स्वतंत्र व सार्वभौम सत्तेचा पुकारा करणारे 'मराठ्यांचे स्वराज्य' त्यांनी स्थापन केले. १६७४ मध्ये राजधानी रायगडावर स्वतःस राज्याभिषेक करवून, डोईवर छत्र धरवून व छत्रपती ही बिरुदावली धारण करून त्यांनी दक्षिणेत एका सार्वभौम सत्तेचा जन्म झाल्याचे अखिल हिंदुस्थानाला घोषित केले.

ही घटना सामान्य नव्हती. हिंदुस्थानात आतापर्यंत एकच सत्ता सार्वभौम होती- ती म्हणजे मोगल बादशाही. आता शिवाजी महाराजांनी दक्षिणेत मराठ्यांची 'बादशाही' निर्माण केली. कृष्णाजी अनंत सभासद या बखरकाराने या महान घटनेचे वर्णन अगदी मोजक्या पण अर्थपूर्ण शब्दांत केले आहे. तो म्हणतो, "येणे प्रमाणे (शिवाजी) राजे सिंहासनारूढ जाले. या युगी सर्व पृथ्वीवर म्लेंच्छ बादशहा. मऱ्हाटा पातशहा येवढा छत्रपती जाला, ही गोष्ट सामान्य जाली नाही!"

शिवाजी महाराजांनी या निमित्ताने राजशक सुरू केला. आपल्या नावाची नाणी पाडली. मराठी मायबोलीस प्रशासनात उचित व श्रेष्ठतम स्थान दिले. अष्टप्रधानांची नावेही मराठी दिली. नव्या युगाची नांदी ठरावी, अशा या गोष्टी होत्या. राज्याभिषेक म्हणजे निव्वळ एक समारंभ नव्हता. त्यामागे शिवाजी महाराजांची एक घटनात्मक जाण व दूरदृष्टी होती. राज्याभिषेकातील सार्वभौम सत्तेचा जो घटनात्मक आशय होता, त्याचा विसर पेशवाईमधील राज्यकर्त्यांना पडला, हे मराठेशाहीचे सर्वांत मोठे दुर्दैव होते.

छत्रपतिपदाचे स्वरूप आणि मर्यादा

मराठ्यांच्या राजाने 'छत्रपती' ही बिरुदावली स्वतःला लावून घेतली होती. त्याच्या डोईवर धरले गेलेले छत्र हे मराठ्यांच्या स्वतंत्र व सार्वभौम सत्तेचे प्रतीक होते. याचा अर्थ देशातील कोणाही सत्तेचे नियंत्रण या सत्तेने स्वीकारलेले नव्हते. कोणाही सत्तेचे स्वामित्व मान्य केलेले नव्हते. उत्तरेत अनेक राजेरजवाडे व दक्षिणेत अनेक सुलतान व नायक होते. पण या सर्वांनी दिल्लीच्या मोगल बादशाहीचे स्वामित्व मान्य केलेले होते. ही वस्तुस्थिती नजरेसमोर ठेवली की, शिवाजी महाराजांनी निर्माण केलेल्या 'छत्रपती' पदाचे महत्त्व लक्षात येते.

त्या काळात जगात सर्वत्र 'राजेशाही' राज्यव्यवस्थाच होती. इंग्लंडमधील लोकशाही राज्यपद्धतीचा खरा विकासही नंतरच्या काळात घडून आला. तेव्हा जगातील राजेशाहीचे जे गुणदोष होते, त्यापासून मराठ्यांची राजेशाही अलिप्त नव्हती. राजेशाहीचा सर्वांत मोठा दोष म्हणजे तिच्यात राजपदावर येणाऱ्या व्यक्तीच्या गुणदोषांवर तिचे भवितव्य अवलंबून असते. कर्तृत्ववान व पराक्रमी राजांनी आपली राज्ये सामर्थ्यशाली व वैभवशाली बनविल्याची अनेक उदाहरणे जगाच्या इतिहासात दाखवता येतील. तसेच राजा दुबळा निघाला, तेव्हा पूर्वजांनी स्थापन केलेली वैभवशाली राज्येही दुबळी होऊन लयाला गेल्याची असंख्य उदाहरणे आपणांस माहीत आहेत. शिवाजी महाराजांनी निर्माण केलेली राजेशाहीही या नियमांना अपवाद ठरू शकत नव्हती. मराठ्यांच्या राजेशाहीचा उत्कर्ष वा ऱ्हास छत्रपतिपदावर येणाऱ्या राजाच्या कर्तृत्वावर अवलंबून राहणार होता.

आणखी एका घटकाचा विचार या संदर्भात करावा लागतो. हा घटक म्हणजे परिस्थिती. काही वेळा भोवतालची परिस्थितीच इतकी प्रतिकूल बनत जाते, की राजेशाहीच्या उत्कर्षाच्या वाटचालीचा नव्हे, तर अस्तित्वाचाच प्रश्न निर्माण होतो. मराठेशाहीतील छत्रपतींच्या सत्तेच्या संदर्भात वरील दोन्ही घटकांनी आपले अस्तित्व जाणवून दिल्याचे लक्षात येते. काही वेळा व्यक्ती, तर काही वेळा परिस्थिती छत्रपतींच्या सत्तेच्या ऱ्हासाला कारणीभूत झाली, असे दिसून येते.

छत्रपतिपदास पहिला जबरदस्त धक्का

मराठ्यांच्या राज्यातील छत्रपतींचे स्थान शिवाजी महाराजांच्या निधनानंतर लगेचच धोक्यात आले. महाराजांच्या नंतर ज्येष्ठ पुत्र म्हणून संभाजी महाराजांचा सिंहासनावर हक्क व अधिकार असता तो डावलून मोरोपंत पेशवे, अण्णाजी दत्तो सचिव, बाळाजी आवजी चिटणीस आदी प्रधानांनी व इतर मुख्य अधिकाऱ्यांनी त्यांच्याविरुद्ध बंड पुकारले आणि राजाराम महाराजांना सिंहासनावर बसवले. छत्रपतिपदास बसलेला हा

पहिला जबरदस्त धक्का होता. तथापि बंडखोरांचे हे कारस्थान संभाजी महाराजांनी मोठ्या तडफेने मोडून काढले आणि त्यांनी रायगडावर स्वतःस राज्याभिषेक करून घेतला. एवढेच नव्हे, तर मनाचा मोठेपणा दाखवून अपराधी प्रधानांना पूर्ववत त्यांच्या स्थानावर नेमले – (जानेवारी १६८१).

तथापि यानंतर अवघ्या ६-७ महिन्यांतच या मंडळींनी संभाजीराजांना पदच्युत करण्याचा आणखी एक प्रयत्न केला. एवढेच नव्हे, तर त्यांच्यावर विषप्रयोग करून त्यांना ठार मारण्याचा एक कटही पन्हाळ्यावर उघडकीस आला. परिणामी अण्णाजी दत्तो, बाळाजी आवजी प्रभृतींना देहदंडाच्या कठोर शिक्षा दिल्या गेल्या – (ऑगस्ट १६८१). या सर्व कटकारस्थानांचे संभाजी महाराजांच्या व्यक्तिमत्त्वावर, धोरणावर व राज्य कारभारावर दीर्घकालीन परिणाम झाले. राज्यातील अष्टप्रधान मंडळातील व्यक्तींनीच अशी कृष्णकृत्ये केल्याने, राजाचा प्रधान मंडळावरच विश्वास राहिला नाही. आणि ते अगदी स्वाभाविकच म्हटले पाहिजे.

या कालखंडात अष्टप्रधान मंडळातील एकट्या सेनापती हंबीरराव मोहित्याने संभाजी महाराजांस एकनिष्ठेने साथ दिली. सेनापतीने संभाजी महाराजांची बाजू उचलून धरल्यानेच प्रधानांचे कट उधळून लावता आले. मराठी लष्कराने या वेळी निर्णायक भूमिका बजावली होती. त्याचे श्रेय तत्त्वनिष्ठ हंबीररावास दिले पाहिजे.

या सुमारास संभाजी महाराजांचा अत्यंत विश्वासातील अधिकारी म्हणून कवी कलश नावाच्या व्यक्तीचा उदय मराठ्यांच्या दरबारात झाला होता. स्वकीय अधिकाऱ्यांनीच दगा दिल्याने अंतर्यामी संशयी बनलेल्या राजास कवी कलशासारख्या उत्तर हिंदुस्थानी व्यक्तीवर विश्वास टाकावा असे वाटणे, हे अस्वाभाविक होते असे म्हणता येणार नाही. पुढे हंबीरराव सन १६८७ मध्ये वाईच्या लढाईत शत्रूशी लढताना धारातीर्थी पडल्यावर, संभाजी महाराजांचा मुख्य आधारच तुटला आणि त्याची परिणती कवी कलश हा त्यांचा एकमेव प्रमुख सल्लागार बनण्यात झाली. कलशाने मात्र अखेरपर्यंत त्यांना स्वामिनिष्ठेने साथ दिली.

संभाजी महाराजांच्या राजपदास केवळ स्वकीयांनीच धोका उत्पन्न केला असे नाही; तर सर्वांत मोठा धोका औरंगजेब बादशहाच्या दक्षिणेतील स्वारीच्या रूपाने समोर उभा ठाकला. आपल्या अफाट सैन्य दलांसह औरंगजेब सन १६८१ मध्ये दक्षिणेत उतरला आणि पुढच्याच वर्षापासून या सैन्य दलांनी मराठ्यांच्या राज्यावर औरंगजेबाच्या मार्गदर्शनाखाली हल्ले चढविण्यास सुरुवात केली. संभाजी महाराजांनी मोठ्या जिद्दीने या मोगली आक्रमणास सतत ७-८ वर्षे तोंड देऊन आपल्या राज्याचे प्राणपणाने संरक्षण केले. इतके की मराठ्यांचे राज्य आपण अल्पावधीत जिंकून घेऊ अशी जी औरंगजेबास घमेंड होती, ती विरून गेली. दुर्दैवाने संभाजी महाराज विशाळगडाहून रायगडाकडे जात असता कोकणात संगमेश्वर मुक्कामी पकडले गेले

आणि पुढे बादशाही हुकमाने त्यांना ठार केले गेले – (मार्च १६८९).

स्वकीयांकडून स्वामिद्रोह व परकीय शत्रूंचे आक्रमण अशा कैचीत सापडले असतानाही संभाजी महाराजांनी छत्रपतिपदाची प्रतिष्ठा, अधिकार, व सत्ता तशी अबाधित ठेवली होती. मराठी राज्यातील सार्वभौम सत्ता त्यांच्या ठिकाणीच होती. राज्याचे धोरण तेच ठरवीत होते आणि अनेकदा स्वतः सैन्याचे नेतृत्व करून शत्रूविरुद्धच्या मोहिमा चालवीत होते. मुलकी व लष्करी अशा दोन्ही बाबतींत अंतिम अधिकार त्यांचाच चालत होता.

छत्रपतिपदाच्या ऱ्हासाची सुरूवात

तथापि संभाजी महाराजांची कैद व त्यानंतर बादशाही छावणीत त्यांची झालेली हत्या या घटनांनी हिंदवी स्वराज्याचे चित्रच पालटून गेले. मोगलांनी रायगड राजधानी काबीज करून राणी येसूबाई व राजपुत्र शाहूराजे यांना कैद करून बादशाही छावणीत धाडले. नूतन छत्रपती राजाराम महाराजांना जीव वाचविण्यासाठी महाराष्ट्रातून पळून कर्नाटकातील जिंजी किल्ल्याचा आश्रय घ्यावा लागला.

शिवछत्रपतींनी मोठ्या कष्टांनी उभारलेली हिंदवी स्वराज्याची इमारत जमीनदोस्त झाली. स्वराज्यातील बहुतेक सर्व परगणे, त्यांतील किल्ल्यांसह मोगलांच्या ताब्यात गेले. मराठे दिङ्मूढ झाले. काही काळ सर्वांनाच असे वाटले की, मराठी राज्य बुडाले; मराठ्यांचा राजाही बुडाला, सर्वत्र यावनी अंमल सुरू झाला; शिवछत्रपतींचा महान प्रयोग फसला !

पण असे होणार नव्हते. शिवछत्रपतींचे 'स्वराज्य' नष्ट झाले तरी मराठ्यांच्या अंतःकरणात त्यांनी निर्माण केलेली स्वातंत्र्यलालसा नष्ट झालेली नव्हती. सामान्य मराठी माणसाच्या मनातील स्वराज्यनिष्ठा अस्तास गेली नव्हती. स्वाभाविकच महाराष्ट्रापासून ५०० मैल दूर असणाऱ्या जिंजीच्या किल्ल्यात राजाराम महाराजांनी राजधानी थाटली आणि मराठी सत्तेचे पुनरुज्जीवन करून मोगलांशी संघर्ष चालू ठेवला. इकडे महाराष्ट्रात रामचंद्रपंत अमात्य, शंकराजी नारायण सचिव, सेनापती संताजी घोरपडे व धनाजी जाधव पंचसहस्त्रकी यांचे एक प्रकारचे सामुदायिक नेतृत्व उदयास येऊन सामान्य मराठी माणूस शत्रूचा प्रतिकार करण्यास सज्ज झाला. मराठ्यांच्या २५/२५ हजारांच्या फौजांनी नर्मदेपासून कावेरीपर्यंत धामधूम माजवून मोगलांच्या नाकी त्यांनी दम आणला.

या सर्व जमेच्या बाजू असल्या तरी छत्रपतींच्या सत्तेच्या संदर्भात काही महत्त्वपूर्ण धोरणात्मक पावले उचलावी लागली होती. यांपैकी पहिले पाऊल होते महाराष्ट्रातील राज्यावर रामचंद्रपंत अमात्य व शंकराजी नारायण यांची राज्यकारभारप्रमुख म्हणून नेमणूक करणे. जिंजीसारख्या दूरच्या प्रदेशात तेही शत्रूच्या वेढ्यात राहून राजाराम

महाराजांना महाराष्ट्रातील प्रदेशाचा कारभार पाहणे, ही गोष्ट त्या काळातील दळवळणाच्या साधनांचा आणि मोगलांच्या लष्करी हालचालींचा विचार करता, अशक्य गोष्ट होती. स्वाभाविकच छत्रपतींना कारभाराचे सर्व हक्क उपरोक्त प्रधानांकडे द्यावे लागले. तसेच त्यांना घोषित करावे लागले की, या प्रधानांनी दिलेल्या सनदा या खुद्द छत्रपतींनी दिलेल्या सनदा समजल्या जातील आणि या सनदांत दिलेली अभिवचने छत्रपतींकडून पाळली जातील. राजाराम महाराजांना महाराष्ट्राच्या बाहेर आठ वर्षे राहावे लागले; तेही जिंजी किल्ल्याचे दरवाजे बंद करून स्वतःला कोंडून घेऊन राहावे लागले. या सर्वांचा परिणाम महाराष्ट्रातील राज्याच्या दैनंदिन कारभाराशी त्यांची फारकत होण्यात झाला. स्वाभाविकच शिवाजी महाराजांच्या अथवा संभाजी महाराजांच्या काळात राज्य प्रशासनावर छत्रपतींची जी पकड होती अथवा हुकमत चालत होती, तिचा अभाव सर्वांनाच जाणवू लागला. छत्रपतींच्या सत्तेचा ऱ्हास होण्यास मोगली आक्रमणाने अशा प्रकारे निर्माण केलेली बिकट राजकीय परिस्थिती मोठ्या प्रमाणावर कारणीभूत झाली.

सरंजामशाहीचे पुनरुज्जीवन

शिवाजी महाराजांनी आपल्या राजनीतीत वतनदारी व सरंजामशाही या राजसत्तेत भागीदारी करणाऱ्या दोन्ही पद्धतींना थारा दिलेला नव्हता. राज्यकारभारातील कामांसाठी वतने देणे अगर लष्करी मोहिमांसाठी सेनाधिकाऱ्यांना सरंजाम अथवा जहागिऱ्या देणे, या गोष्टी त्यांनी कटाक्षाने दूर ठेवल्या होत्या. दुर्दैवाने संभाजी महाराजांच्या मृत्यूनंतर उद्भवलेल्या अभूतपूर्व अशा संकटकाळात राजाराम महाराजांना परिस्थितीच्या दबावाखाली या दोन्ही गोष्टींचा स्वीकार करावा लागला. वतनदारांना त्यांची शिवकालात जप्त झालेली वतने परत करावी लागली आणि सेनानींना फौजा उभ्या करण्यासाठी त्यांच्या सरंजामाच्या सनदा नव्याने द्याव्या लागल्या. जेव्हा छत्रपतींच्या ताब्यात राज्य असे फारसे राहिलेच नव्हते, तेथे ते फौजा उभारण्यासाठी अथवा त्यांच्या मोहिमा चालविण्यासाठी द्रव्यबल आणणार कोठून?

अशा परिस्थितीत मराठा सेनानी (ज्यांना पुढे सरदार म्हटले गेले) आपणहून पुढे येऊन स्वतःच्या बळावर फौजा उभारून, स्वतःच मोहिमा चालवून मोगलांच्या फौजांशी सामना करण्यास उद्युक्त होत असतील, तर त्यांना सरंजामाच्या सनदा न देणे शहाणपणाचे झाले नसते. बरे, हे सरंजाम ज्या प्रदेशात दिले गेले, ते प्रदेश मराठ्यांच्या ताब्यात होते, असेही नाही! म्हणजे छत्रपती ज्या परगण्यांचा सरंजाम सरदाराला देणार, ते परगणे असणार मोगलांच्या मुलखात! तेथे जाऊन त्या सरदाराने स्वतःच्या हिमतीवर मोगलांना पराभूत करून आपले स्थान निर्माण करायचे होते. छत्रपतींची सनद असल्याने, या स्थानास कायदेशीरपणाही प्राप्त होणार होता.

या कामी छत्रपतींना सनदेशिवाय काहीच द्यायचे नव्हते! त्याच्या मोबदल्यात मोगलासारखा बलाढ्य शत्रू पराभूत होणार होता. एका दृष्टीने हा व्यवहार उभय पक्षी फायद्याचा होता. शत्रू पराभव पावून राज्य वाचणे, ही काळाची गरज होती.

औरंगजेब शत्रू अंती पराभूत झाला आणि राज्यही वाचले. पण त्याची फार मोठी किंमत छत्रपतींना द्यावी लागली. वतनदारीच्या पुनरुज्जीवनाने वतनदारांची छत्रपतींच्या प्रशासनिक सत्तेत भागीदारी निर्माण झाली; तर संरजामशाहीच्या निर्मितीने त्यांच्या लष्करी सत्तेचे विकेंद्रीकरण झाले. मराठी लष्करातील सैनिकाची पहिली निष्ठा सरदाराशी व नंतर छत्रपतीशी आणि सरदाराची निष्ठा कागदोपत्री छत्रपतींच्या पायाशी असली तरी ती अढळ राहीलच, याची खात्री नव्हती.

राजाराम महाराजांची प्रकृती

राजेशाहीत राजसिंहासनावर बसणाऱ्या व्यक्तीच्या एकूण प्रकृतीचा बरा-वाईट प्रभाव राजेशाहीच्या प्रकृतीवर होत असतो. छत्रपतिपदावर बसलेले मराठ्यांचे पहिले दोन राजे लष्करी पराक्रम गाजविणारे होते. शरीर प्रकृतीने दणकट होते. मराठ्यांचे तिसरे राजे- राजाराम महाराज- या बाबतीत दुर्दैवी ठरले. ज्या वयात त्यांना लष्करी आणि मुलकी कारभाराचे प्रशिक्षण मिळायला हवे होते त्या वयात त्यांच्या नशिबी रायगडावर नजरकैद आली आणि जेव्हा संभाजी महाराजांचा आकस्मिक शेवट झाला, तेव्हा लष्करी वा मुलकी क्षेत्रात पूर्णपणे अननुभवी असणाऱ्या राजाराम महाराजांना मराठी राज्याची सूत्रे हाती घ्यावी लागली. त्यामुळे मराठ्यांच्या या छत्रपतीस लष्करी कामगिरीसाठी संताजी घोरपडे व धनाजी जाधव यांच्यासारख्या सेनानींवर व मुलकी कारभारासाठी रामचंद्रपंत अमात्य व प्रल्हाद निराजी प्रतिनिधीसारख्या प्रधानांवर अधिकाधिक विसंबून राहावे लागले. या सर्व बाबींचा छत्रपतिपदावर दूरगामी परिणाम झाल्याशिवाय राहिला नाही. वयाच्या अवघ्या तिसाव्या वर्षी प्रकृतीने दगा दिल्यामुळे, लष्करी मोहीम अर्धवट टाकून सिंहगडावर विश्रांतीसाठी आल्यावर राजाराम महाराजांचे निधन झाले, ही घटना बरेच काही सांगून जाते.

रियासतकार सरदेसाई यांनी राजाराम महाराजांना 'स्थिरबुद्धी' हे विशेषण लावले आहे. ते स्थिरबुद्धी, शांत व सौम्य स्वभावाचे होते, ही त्यांच्या व्यक्तिमत्त्वाची जमेची बाजू होती. एक सेनापती संताजी घोरपडे सोडल्यास अन्य कोणा मराठा प्रधानांशी अथवा सरदारांशी त्यांचा फारसा संघर्ष झाला नाही. सर्वांना सांभाळून घेऊन त्यांनी राज्य सावरले. सरदारांना हवे तेवढे कृतिस्वातंत्र्य दिले. त्यांच्याकडून महाराष्ट्र व कर्नाटक या अशा विस्तीर्ण भूप्रदेशावर लष्करी मोहिमा चालविल्या गेल्या. जुल्फिकारखानासारख्या कसलेल्या सेनानीने ७-८ वर्षे वेढा दिला असताही जिंजी राजधानी त्यांनी हिकमतीने व मुत्सद्देगिरीने लढविली. शेवटी शेवटी तर त्यांनी

मोगली गोटात भेद करून खानास आपल्या सुटकेच्या योजनेत सामील करून घेतले आणि जिंजीहून स्वतःची सहकुटुंब सहीसलामत सुटका करून घेतली. महाराष्ट्रात आल्यावरही ते एकसारखे फिरत राहिले, लहान-मोठ्या मोहिमा करत राहिले. त्यांच्या कारकिर्दीत औरंगजेबाला महाराष्ट्र जिंकता आला नाही, ही त्यांची सर्वांत मोठी कामगिरी मानावयास हवी. पण या सर्व घडामोडींत त्यांनी छत्रपतिपदाची प्रतिष्ठा राखली तरी त्या पदाचा दरारा व अधिकार कमी कमी होत गेला, हेही मान्य केले पाहिजे.

महाराणी ताराबाई यांची कारकीर्द

राजाराम महाराजांच्या निधनाच्या पूर्वीच खुद्द औरंगजेबाने मराठ्यांचे किल्ले जिंकण्याची मोहीम हाती घेतली होती. मराठ्यांच्या नूतन राजधानीस, सातारा किल्ल्यास, त्याने वेढा दिला असतानाच मराठ्यांच्या राजाच्या अकाली मृत्यूची बातमी त्यास समजली. या बातमीने मोगली गटात विलक्षण आनंद पसरला. राजारामानंतर त्याच्या निराधार बायका व अल्पवयीन मुले लवकरच शरण आल्याशिवाय राहणार नाहीत, असे त्याला वाटले. तथापि ही त्याची अटकळ खरी ठरली नाही. महाराणी ताराबाई यांनी वैधव्याचे दुःख बाजूला ठेवून, आपला चार वर्षांचा पुत्र-शिवाजीराजे यास छत्रपतिपदी स्थापन करून, राज्याची सर्व सूत्रे हाती घेतली. एवढेच नव्हे, तर आपल्या अंगी असणाऱ्या गुणांनी मुलकी व लष्करी अशा दोन्ही क्षेत्रांत अशी कामगिरी करून दाखविली की खाफीखानासारख्या मोगल इतिहासकारासही तिची स्तुती करण्याची मोह आवरता आला नाही. २५/२६ वर्षांच्या या तरुण मराठा राणीने आशिया खंडातील बलाढ्य, अनुभवी व राज्यकार्यधुरंधर अशा नव्वदीच्या घरात गेलेल्या मोगल बादशहाशी पुढे ७/८ वर्षे लष्करी झुंज द्यावी, ही घटनाच मुळी हिंदुस्थानच्याच नव्हे, तर जगाच्या इतिहासात अपवादात्मक मानली गेली पाहिजे.

ताराबाईंच्या कारकिर्दीत मराठ्यांची लष्करी धामधूम दक्षिणेत वाढतच गेली. एवढेच नव्हे, तर नर्मदा पार करून मराठ्यांच्या फौजा माळव्यात घुसल्या. आतापर्यंत मराठी फौजा महाराष्ट्र-कर्नाटक प्रदेशात धुमाकूळ घालत होत्या. आता त्या गुजरात, माळवा, गौंडवन, तेलंगण या मोगली प्रदेशांत राजरोसपणे मोहिमा चालवून खंडण्या वसूल करू लागल्या. मराठी फौजांचे हे पराक्रम खाफीखान, भीमसेन सक्सेना यांसारख्या औरंगजेबाच्या चरित्रकारांच्या ग्रंथांतूनच वाचले पाहिजेत. त्यांनी केलेल्या वर्णनांतून ठिकठिकाणचे मोगल सुभेदार मराठ्यांपुढे किती हतबल झाले होते, आणि मराठे किती शेर बनले होते, याची चांगली कल्पना येते.

याचा अर्थ मोगल बादशहा दिवसेंदिवस पराभूत होत होता आणि मराठे दिवसेंदिवस विजयी होत होते. शेवटी हताश घेऊन बादशहास याच महाराष्ट्राच्या भूमीत अखेरची विश्रांती घ्यावी लागली. मराठ्यांच्या इतिहासातील हे देदीप्यमान पर्व

आहे. असे असले तरी छत्रपतिपदाच्या संदर्भात काय काय घडले, याचा शोध घेता पहिली गोष्ट नजरेत भरते की छत्रपतींच्या गादीवर प्रथमच अवघ्या चार वर्षे वयाचा अल्पवयीन राजा बसवला गेला. ताराबाई या कितीही पराक्रमी व कर्तबगार असल्या तरी त्या 'छत्रपती' बनू शकत नव्हत्या. त्या राज्यकारभारप्रमुख झाल्या आणि त्यांनी बाल छत्रपतीच्या वतीने राज्य केले. पण शेवटी खुद्द छत्रपतींनी राज्य करणे आणि त्यांच्या वतीने राजमातेने राज्य करणे, यात राजनैतिकदृष्ट्या गुणात्मक फरक होता.

याहीपेक्षा महत्त्वाची गोष्ट अशी की, ज्या सरंजामशाहीची सुरुवात राजाराम महाराजांच्या काळात झाली, त्या सरंजामशाहीची गती महाराणी ताराबाईंना रोखता आली नाही. तशी रोखता येणेही शक्य नव्हते. शिवाजी महाराजांच्या काळातील मराठी सैन्याचे 'राष्ट्रीय' स्वरूप आता राहिलेले नव्हते. आता मराठी सैन्य हे 'सरंजामी' सैन्य बनले होते. या सरंजामी सैन्याचे नेतृत्व निरनिराळ्या सरदारांकडे होते. मराठा राज्याने आता आक्रमक धोरण स्वीकारले होते. त्यास अनुसरून मराठा सरदार मोगली मुलखात मोहिमा चालवीत होते; शक्य झाल्यास आपापली 'प्रभाव क्षेत्रे' (Spear of Influence) निर्माण करत होते. यासाठी त्यांना आता छत्रपतींच्या आदेशाची गरज नव्हती. त्यांनी तो आदेश गृहीतच धरला होता. या सर्वांची परिणती राजसत्तेच्या विकेंद्रीकरणात होणे स्वाभाविक होते.

मराठ्यांचे यादवी युद्ध व त्याचे परिणाम

औरंगजेब बादशहाच्या मृत्यूने केवळ मोगलांच्याच नव्हे, तर मराठ्यांच्या इतिहासातील एक पर्व संपले व नवे पर्व सुरू झाले. नव्या बादशहाने शाहू महाराजांची कैदेतून सुटका केली आणि मराठ्यांच्या गोटात यादवी युद्धाचा स्फोट झाला. शाहू महाराजांनी छत्रपतिपदावर आपला 'कायदेशीर' हक्क सांगितला; तर ताराबाईंनी त्यांचा हक्क उडवून लावून प्रतिकाराची तयारी केली. शाहू महाराजांकडे राज्य नव्हते, लष्कर नव्हते, खजिना नव्हता; पण छत्रपतिपदावर ज्येष्ठत्वाचा अधिकार ते सांगू शकत होते. शिवछत्रपतींच्या ज्येष्ठ पुत्राचा पुत्र या एकाच नात्याने सामान्य मराठी माणूस त्यांच्याकडे पाहत होता; आणि ही गोष्ट सर्वांत महत्त्वाची होती. शाहू महाराजांनी याच गोष्टीचा फायदा उठवला. तापी ओलांडून ते खानदेशात आले, तेव्हापासून मराठा सरदार आपल्या बाजूकडे आणण्यासाठी त्यांचे प्रयत्न सुरू झाले. आश्वासनांची खैरात त्यांनी केली. त्यांच्याकडे काहीच नसल्याने त्यांना काहीच गमवायचे नव्हते ! उलट ताराबाईंच्याकडे राज्य होते, लष्कर होते, सरदार होते. हे सरदार आपल्या बाजूवर राहावेत, एकनिष्ठ राहावेत, म्हणून त्यांना सायास करणे भाग होते. परिणामी दोन्ही बाजूंकडून मराठी सरदारांची आर्जवे सुरू झाली. सरदारांचे पारडे कधी नव्हते एवढे जड झाले.

लवकरच भीमा नदीच्या काठी खेडच्या मैदानावर उभय पक्षी लष्करी संघर्ष घडून आला. ताराबाईंनी आपल्या फौजा सेनापती धनाजी जाधवांच्या नेतृत्वाखाली पाठविल्या होत्या. ताराबाईंनी स्वतः न जाता सेनापतीवर विश्वास टाकला, ही त्यांच्या आयुष्यातील सर्वांत मोठी राजनैतिक चूक ठरली. लढाईला तोंड फुटताच त्यांचा हा सेनापतीच शाहू महाराजांना जाऊन मिळाला. परिणामी ताराबाईंच्या सैन्याचा पराभव अटळ झाला. परशुराम त्र्यंबक प्रतिनिधासारख्यास पळ काढावा लागला. खंडेराव दाभाड्यासारख्यास कैद व्हावे लागले ! (ऑक्टोबर १७०७).

शाहू महाराजांनी आता आपल्या राज्याचे सेनापतिपद धनाजीस दिले आणि पुढे होऊन सातारा जिंकला. राज्याभिषेक करून स्वतःस छत्रपती म्हणून घोषित केले. एवढेच नव्हे, तर ताराबाईंचे पारिपत्य करण्यासाठी कोल्हापूर प्रांती लष्करी मोहीम काढली. पन्हाळा-विशाळगडासारखे किल्ले घेतले. पण मोहीम तडीस न नेता साताऱ्याकडे माघार घेतली. शाहू महाराज परत जाताच ताराबाईंनी हे सर्व किल्ले पुन्हा जिंकून घेऊन आपले स्वतंत्र अस्तित्व टिकवून धरले. हा इतिहास सविस्तरपणे येथे सांगण्याची आवश्यकता नाही.

ताराबाईंचा पक्ष खरा की शाहू महाराजांचा पक्ष खरा, हा प्रश्न बाजूला ठेवून येथे फक्त या यादवीच्या परिणामांचा विचार केला तर हे स्पष्ट होते की, या संघर्षाने छत्रपतींचे घराणेच दुभंगले आणि एकाऐवजी दोन छत्रपती निर्माण होऊन दोन स्वतंत्र सत्ताकेंद्रे स्थापन झाली. असे होण्यात सर्वांत मोठी हानी छत्रपतिपदाची झाली; तर सर्वांत जास्त फायदा सरदार मंडळींचा झाला. स्वामिनिष्ठा, स्वामिद्रोह या संज्ञा सापेक्ष बनल्या. धनाजी जाधव हे त्याचे उत्तम उदाहरण आहे. ताराबाईंची बाजू सोडून तो शाहू महाराजांच्या पक्षास मिळाला, ही त्याची स्वामिनिष्ठा की स्वामिद्रोह? 'ज्या पक्षाचा तो सेनापती होता त्या पक्षाचा हा द्रोह होता हे उघड आहे; पण स्वराज्याचा खरा वारसदार हे शाहू महाराजच, असे मानून त्याने पक्ष बदलला असेल तर त्याचे हे कृत्य स्वामिद्रोह कसे ठरते,' असा सवाल तो विचारू शकत होता. त्यामुळे स्वाभाविकच मराठा सरदारांचा 'तळ्यात मळ्यात' हा खेळ सुरू झाला आणि सरदारांना आपल्याकडे खेचण्यासाठी ताराबाई आणि शाहू महाराज या दोघांनाही त्यांची आर्जवे करण्याची पाळी आली!

बदललेल्या परिस्थितीत शाहू महाराजांनाही आपले आसन स्थिर करण्यासाठी झगडावे लागले; नको त्या तडजोडी स्वीकाराव्या लागल्या. त्यांच्या प्रभावक्षेत्रात येणाऱ्या कान्होजी आंग्रे, कृष्णराव खटावकर, दमाजी थोरात यांसारख्या सरदारांनी तर त्यांना उघडउघड आव्हान दिले. एवढेच नव्हे, तर त्यांच्या पेशवे, सचिव यांसारख्या प्रधानांना कैद करण्यापर्यंत त्यांची मजल गेली.

कोल्हापूरकर छत्रपतींचे स्थान

मराठ्यांच्या यादवी युद्धाची परिणती कोल्हापूर व सातारा अशा छत्रपतींच्या दोन गाद्या- म्हणजे दोन राज्ये निर्माण होण्यात झाली. औरंगजेब बादशहाच्या मृत्यूने व मोगली फौजांच्या माघारीने दक्षिणेत निर्माण झालेल्या पोकळीचा या यादवीमुळे मराठ्यांना फायदा उठविता आला नाही. मराठे एकमेकांत लढण्यातच व्यग्र राहिल्याने मोगल्यांचा दक्षिणेतील हस्तक निजाम यास आपले स्वतंत्र स्थान निर्माण करता आले. दरम्यान ताराबाईंनी शाहू महाराजांवर मात करण्याचा प्रयत्न केला; पण त्यात त्या यशस्वी झाल्या नाहीत. पुढे तर १७१४ मध्ये त्यांना सत्ताच्युत व्हावे लागले आणि त्यांच्या सवतीचे पुत्र संभाजी महाराज कोल्हापूरच्या गादीवर आले. संभाजी महाराजांनीही शाहूविरोधाचे ताराबाईंचे धोरण चालू ठेवले. एवढेच नव्हे, तर निजामाची मदत घेऊन साताराच्या राज्यावर आक्रमण केले; पण शाहू महाराजांचा पेशवा बाजीराव याने हे आक्रमण हाणून पाडले. पुढे वारणेच्या काठी उभय पक्षी आणखी एक संघर्ष घडून आला. त्यातही संभाजी महाराजांना पराभव पत्करावा लागला. शेवटी १७३१ च्या वारणेच्या तहाने उभय राजबंधूंत समझोता होऊन हे कोल्हापूर-सातारा गाद्यांचे भांडण समाप्त झाले.

वारणेच्या तहान्वये संभाजी महाराजांनी आपल्या राज्याचा विस्तार वारणेपासून तुंगभद्रेपर्यंत करायचा होता. तथापि मुळातच त्यांच्या ठिकाणी सुमार कर्तृत्व असल्याने, हे राज्यवृद्धीचे कार्य त्यांच्या हातून पार पडले नाही. १७४५ नंतर तर त्यांनी आपला राज्यकारभार आपली राणी जिजाबाई यांच्याकडे सोपवून निवृत्ती घेतल्यासारखीच परिस्थिती होती. संभाजी महाराजांच्या काळात कोल्हापूरचे राज्य वाढू शकले नाही, याला इतरही काही कारणे होती. सीमेवर असणाऱ्या वाडीकर सावंत, निपाणीकर देसाई, इचलकरंजीकर घोरपडे व मिरजकर पटवर्धन या सरदारांनी या राज्याची मोठी कोंडी केली होती. काहींना तर खुद्द पेशव्याचीच चिथावणी असायची. अशा परिस्थितीत राणी जिजाबाईंनी मोठ्या हिकमतीने कोल्हापूर राज्याचे संरक्षण केले. खरे तर त्यांच्यामुळेच हे राज्य राहिल्याचे इतिहास सांगतो.

कोल्हापूरकरांच्या इतिहासात येथे शिरण्याची गरज नाही. येथे महत्त्वाचा मुद्दा हा आहे, की कोल्हापूरकर छत्रपतींना आपल्या राज्याचा विस्तार जरी करता आला नाही, तरी त्यांनी आपले स्वतंत्र, सार्वभौम अस्तित्व कोणा सत्तेकडे, म्हणजे मोगली सत्तेकडे गहाण टाकले नाही. शुद्ध घटनात्मकदृष्ट्या विचार करता, कोल्हापूरकर छत्रपती दिल्लीपतींचे मनसबदार झाले नाहीत, ही बाब महत्त्वाची ठरते.

सातारकर शाहू छत्रपती

मोगलांच्या कैदेतून शाहू महाराजांची सुटका काही अटींवर झाली होती. मोगल बादशहाने जरी त्यांच्या 'स्वराज्या'चा हक्क मान्य केला असला तरी ते आपल्या राज्याचा कारभार मोगलांचे मांडलिक म्हणून करणार होते. तसेच दक्षिणेच्या सहा सुभ्यांतून चौथ आणि सरदेशमुखी वसूल करण्याचा हक्क जरी त्यांना (तोंडी) बहाल केला असला तरी ते मोगल बादशहाचे सरदार म्हणून त्यांनी मोगलांच्या मोहिमांत आपल्या सैन्यानिशी चाकरी बजावायची होती. शाहू महाराजांची सुटका झाल्यानंतर त्यांना विरोध करण्यामागे ताराबाईंनी जी भूमिका घेतली होती, तिच्यात त्यांनी मोगलांचे स्वीकारलेले स्वामित्व, हा मुख्य मुद्दा होता. त्यामध्ये राजनैतिक डावपेचाचा भाग होता असे जरी मान्य केले तरी, मराठ्यांचे सार्वभौमत्वाचे तत्त्व पायदळी तुडविले गेले होते, ही वस्तुस्थिती अमान्य करता येत नव्हती.

पुढे पेशवा बाळाजी विश्वनाथ हा सय्यद बंधूंबरोबर दिल्लीस गेला आणि शाहू महाराजांना मिळालेल्या उपरोक्त हक्कांचे बादशाही फर्मानच त्याने प्राप्त केले – (मार्च १७१९). या वेळी फर्मानात आणखी एक कलम घालण्यात आले. ते म्हणजे शाहू महाराजांनी बादशहाला प्रती वर्षे दहा लक्ष रुपये खंडणी म्हणून द्यावेत. या फर्मानाने सातारकर छत्रपतींच्या मांडलिकत्वावर शिक्कामोर्तब झाले होते. शिवछत्रपतींनी १६७४ मध्ये रायगडावर निर्माण केलेल्या मराठ्यांच्या सार्वभौम सत्तेने या, फर्मानाच्या रूपाने शेवटचा श्वास घेतला, असे म्हटले तर चुकीचे होणार नाही.

१७०७ मध्ये शाहू महाराजांची सुटका झाली, त्या वेळी त्यांच्या मातुःश्री येसूबाईंची सुटका झालेली नव्हती. ती या दिल्लीच्या मोहिमेत झाली. मातुःश्रीची सुटका करून घ्यायची होती, म्हणून शाहू महाराजांना मोगलांसमोर नमते घेऊन मांडलिकत्वाचा स्वीकार करावा लागला होता, असेही त्यांच्या या भूमिकेचे समर्थन करता येईल. ते जर ग्राह्य मानले तर मातुःश्री स्वराज्यात आल्यावरही शाहू महाराजांनी आपली ही भूमिका का कायम ठेवली, याचे स्पष्टीकरण मिळत नाही. शिवछत्रपतींची आग्र्याच्या कैदेत व आग्र्याहून स्वराज्यात आल्यानंतरही काही काळ महाराजांनी मोगल बादशहाशी मांडलिकत्वाची भाषा केली होती; पण सामर्थ्य पैदा होताच त्यांनी ती भाषा झुगारून दिली. असे सामर्थ्य, अशी संधी शाहू महाराजांना पुढच्या काळात लाभली असूनही, त्यांनी तिचा फायदा उठविला नाही. याचे मूळ कारण त्यांची मानसिकताच तशी नव्हती.

''छत्रपती स्वामी पातशाही इच्छित नाही''

बाजीराव पेशव्याच्या काळातील एक घटना पाहण्यासारखी आहे. सन १७३९

मध्ये नादीरशहाने हिंदुस्थानावर स्वारी केली. मोगल बादशहा महमदशहा यास कैद करून दिल्ली घेतली. प्रजाजनांवर अनन्वित अत्याचार केले. एक अब्ज लूट पैदा केली. शेवटी महमदशहास दिल्लीच्या तख्तावर पुन्हा बसवून तो स्वदेशी निघून गेला.

दरम्यान शाहू महाराजांनी दक्षिणेतून आपल्या बाजीराव पेशव्यास मोगल बादशाहीच्या बचावासाठी उत्तरेत धाडले होते. त्या प्रसंगी त्यास लिहिलेल्या एका पत्रात शाहू महाराज यांनी म्हटले आहे, ''तुम्ही ताबडतोब मजल दरमजल बादशहाचे कुमकेस जावे. पूर्वी आमचे वचन औरंगजेब पातशहांशी गुंतले आहे की परचक्र आले तर आम्ही तुमची कुमक करावी. होईल तेथपावेतो सर्वस्वे साह्य करावे.''[२]

मोगल बादशाही संकटात सापडली की आपण तिच्या साहाय्यास धावून जाऊ, हे औरंगजेबास दिलेले वचन तो मेल्यानंतर तीस वर्षांनी मराठ्यांचा हा राजा स्मरत होता व त्यानुसार आपल्या पेशव्यास हुकूम करत होता! आदिलशाही अथवा मोगलशाही संकटात येणे हीच आपली सुवर्णसंधी मानणाऱ्या शिवछत्रपतींच्या स्वर्गस्थ आत्म्यास या वेळी काय बरे वाटले असेल!

याच सुमाराचे आणखी एक पत्र उपलब्ध आहे. हे पत्र पेशव्याचा साताऱ्यातील शाहू महाराजांजवळचा हस्तक मल्हार तुकदेव पुरंदरे याने लिहिले आहे. त्यामध्ये मोगल बादशाहीसंबंधी महाराजांचे विचार त्याने उद्धृत केले आहेत. तो लिहितो, ''महंमदशहाची पातशाही गेली होती ती ईश्वरे कायम राखली. त्यास आपण राजकारण राखून अमीरूल-उमरा यासारखे व्हावे. पोटास व फौजांस लागेल ते आम्ही पातशाही माल पैदा करून त्यातून घेऊ. उरला पैका (पातशाही) खजाना दाखल व्हावा किंवा फौजांस जागरा (जहागिऱ्या) आलाहिदा मागाव्या आणि सर्वांस राजी करोन बंदोबस्त करून द्यावा, हा लौकिक मोठा. कैसा म्हणाल तरी जीर्णोद्धार देवालयाचा केल्यास नवीन लिंगाच्या स्थापनेपेक्षा अधिकोत्तर आहे. महंमदशहाचे पातशाहीचा बंदोबस्त केल्यास लौकिक मोठा आहे. मोडून टाकण्यात लौकिक नाही. दुसरी गोष्ट हजारो चोरपोर खातील आणि पातशाही मोडल्याचा दोष आल्यावर दुसरे राजश्री छत्रपती स्वामीही पातशाही इच्छित नाही. जीर्णोद्धार केल्यास संतोष मानतील...''[३]

वरील पत्रातून शाहू महाराजांची दिल्लीच्या तख्ताविषयी कोणती मानसिकता होती, याची स्पष्ट कल्पना येते. कुठे आदिलशहाचेच नव्हे तर दिल्लीचे तख्त काबीज करून अखिल हिंदुस्थानात 'हिंदवी स्वराज्य' पसरवण्याचे स्वप्न पाहणारे शिवछत्रपती आणि कुठे दिल्लीच्या तख्ताचे संरक्षण करण्यात धन्यता मानणारे, नव्हे ते मोडून टाकण्यात दुर्लौकिक आहे, असे मानणारे त्यांचे नातू शाहू महाराज ! शिवाजी महाराजांच्या वेळी त्यांच्या समोरची आव्हाने बिकट होती; परिस्थिती अत्यंत प्रतिकूल होती, त्याही परिस्थितीत त्यांनी सार्वभौम मराठी सत्तेची स्थापना केली;

आणि इथे शाहू महाराजांच्या काळात दिल्लीच्या तख्तावर बसण्याची संधी प्राप्त होत असताना त्यांना त्या तख्ताचा देवालयाप्रमाणे जीर्णोद्धार करावा, असे वाटावे, ही खरी पेशवाईतील मराठ्यांच्या राजनैतिक इतिहासाची शोकांतिका होती. शाहू महाराजांना 'शिवाजी' समजलाच नाही, हे खरे !

भट पेशव्यांचा उदय

राजाराम महाराजांच्या काळात निर्माण झालेल्या व ताराबाईंच्या काळात वाढतच गेलेल्या मराठा सरदारांच्या सरंजामशाहीला आळा घालण्याची कुवत आणि इच्छाशक्ती शाहू महाराजांजवळ नव्हती. आपले आसन स्थिर करण्याच्या उद्योगात व्यग्र राहिलेल्या त्यांना ते शक्यही नव्हते. मराठा सरदारांच्या पाठिंब्यावरच त्यांची सत्ता अवलंबून असल्याने, एका ठरावीक मर्यादेपर्यंतच त्यांची हुकमत चालत होती. लष्करी मोहिमा चालविण्याचे व राज्यकारभाराचे प्रशिक्षण त्यांना न मिळाल्याने आणि बादशाही छावणीतील नजरकैदेत संस्कारक्षम वयाची प्रारंभीची वर्षे गेल्याने, त्यांची स्वभावप्रकृती सुखासीन व ऐषारामी बनली होती. तथापि आपल्या सरदारांना व अधिकाऱ्यांना सांभाळून घेऊन, त्यांना हवे ते कृतिस्वातंत्र्य देऊन, त्यांच्याकडून राज्यकार्ये करून घेण्याची कला त्यांना चांगली अवगत होती. त्यामुळे अनेक नवी घराणी त्यांच्या कारकिर्दीतच नावलौकिकास चढली.

सुदैवाने शाहू महाराजांना बाळाजी विश्वनाथ भट याच्या रूपाने अत्यंत हुशार आणि कर्तबगार पेशवा लाभल्याने राज्यावर आलेल्या अनेक संकटांवर त्यांना मात करता आली. बाळाजीच्या दिल्लीच्या मोहिमेनंतर, विशेषतः येसूबाईंची सुटका केल्यानंतर, तर त्यांचा बाळाजीच्या कर्तबगारीवर गाढ विश्वास बसला. भट घराण्याबद्दल त्यांच्या ठिकाणी विशेष ममत्वही निर्माण झाले. बाळाजीपेक्षाही त्याचा पुत्र बाजीराव अधिक पराक्रमी निघाला. त्याने नर्मदेच्या पलीकडे माळव्यात मराठी राज्याचा विस्तार केला आणि आपल्याबरोबर शाहू छत्रपतींचे नाव सर्व देशात केले. बाजीरावाच्या काळात मराठ्यांच्या सत्तेने साम्राज्य सत्तेचे स्वरूप धारण करावयास प्रारंभ केला. दिल्लीपावेतो मराठी लष्कराचा प्रभाव निर्माण झाला, तो याच काळात.

बाजीरावानंतर त्याचा पुत्र नानासाहेब विनासायास पेशवेपदावर आला. तो बाजीरावासारखा पराक्रमी नसला तरी मुत्सद्देगिरीत प्रवीण होता. शाहू महाराजांची मर्जी सांभाळत त्याने आपले मराठा राज्यातील स्थान बळकट केले. इतके की मराठा राजाला आपल्याशिवाय दुसरा कोणी पर्याय राहणार नाही, अशी त्याने व्यवस्था केली. १७४७ मध्ये दरबारातील पेशव्यांच्या हितशत्रूंच्या सल्ल्यावरून शाहू महाराजांनी नानासाहेबांस पेशवेपदावरून दूर केले होते. छत्रपतींची आज्ञा प्रमाण मानून या हुशार पेशव्याने पेशवेपदाची वस्त्रे त्यांच्याकडे पाठवून दिली आणि आपल्या सैन्यासह तो

एके ठिकाणी छावणी करून राहिला. त्याने बंड पुकारले नाही ! काही दिवस तसेच गेले. कोणीही मराठा सरदार अथवा मुत्सद्दी पेशव्याचे रिकामे पडलेले पद स्वीकारावयास तयार झाला नाही. शेवटी शाहू महाराजांना नानासाहेबास सन्मानाने पेशवाईची वस्त्रे पुन्हा देऊन त्यास पेशवेपदावर नेमावे लागले. ही एकच घटना मराठा राज्यातील भट पेशव्यांच्या मजबूत व अढळ स्थानावर मोठा प्रकाश टाकते.

शाहू महाराज १७४९ मध्ये मृत्यू पावले. त्या कालापावेतो नानासाहेब पेशवा हा मराठा राज्याचा प्रमुख बनला होता. राजसत्तेचे हे छत्रपती ते पेशवा असे जे संक्रमण झाले ते एका वर्षात अथवा दशकात झालेले नव्हते. ते बाळाजी विश्वनाथापासून सुरू झाले होते व त्याचा नातू नानासाहेबाच्या काळात पूर्णत्वास गेले. हे संक्रमण सावकाश गतीने पण दमदार पावले टाकत झाले. शाहू महाराज असेतोपर्यंत मराठा राज्यात छत्रपतींचे स्थान प्रतिष्ठेचे, मानाचे, श्रद्धेचे आणि बाह्यतः का होईना पण सर्वश्रेष्ठ अधिकाराचे राहिले. त्यांच्यानंतर मात्र पेशव्याची सत्ता निरंकुश झाली. शाहू छत्रपती आपले राज्यप्रमुखाचे अधिकार हळूहळू पेशव्यांकडे सुपूर्त करत राहिले व पेशवे ते घेत राहिले, असे फार तर या घटनेचे वर्णन करता येईल.

छत्रपती निर्माल्यवत झाले !

शाहू महाराजांना पुत्रसंतान नव्हते. स्वाभाविकच त्यांच्या शेवटच्या दिवसांत राज्याच्या वारसदाराचा प्रश्न ज्वलंत बनला. शाहू महाराजांची राणी सकवारबाई व नानासाहेब पेशवे आपापला उमेदवार पुढे आणण्याच्या राजकारणात गुंतले असतानाच ताराबाईंनी रामराजा नावाचा आपला नातू अज्ञातवासात असून त्यास गादीवर आणावे, असे जाहीर करून बॉम्बस्फोटच केला. छत्रपती घराण्यातीलच मुलगा वारसदार म्हणून मिळाल्याचे पाहून शाहू महाराजांना समाधान झाले आणि अखेर रामराजाच्या खरेखोटेपणाविषयी शहानिशा करून त्यास गादीवर आणण्यास त्यांनी आपली संमती दिली. तेव्हा पेशव्यासही आपली संमती द्यावी लागली.

शाहू महाराजांच्या मृत्यूनंतर पेशव्याने पुढे होऊन रामराजास गादीवर स्थापन केले. एके काळी अज्ञातवासात असलेल्या, राज्यकारभाराचा काहीही गंध नसलेल्या व्यक्तीला छत्रपतिपदावर आणण्यात शाहू महाराजांना भविष्यातील कोणताही धोका दिसला नाही; याचे कारण राज्याचा सर्व कारभार पेशवाच करणार असल्याचे त्यांनी गृहीतच धरले होते. तथापि पेशव्याने राज्याचे सर्वेसर्वा होणे, ताराबाईंना मान्य नव्हते. राज्य छत्रपतींचे, पेशव्यांचे नाही; पेशवे छत्रपतींच्या गादीचे सेवक, ही त्यांची मनोमन धारणा होती. आपला नातूच छत्रपती झाल्याने आपला हेतू सिद्धीस जाईल, असेही त्यांना वाटत होते. रामराजाचा पूर्ण शोध घेऊन त्यास गादीवर बसविण्याचे काम शाहू महाराजांनी पेशव्यावर सोपवले होते. पण त्याने सचोटीने व निष्ठेने पार न

पाडता घाईघाईने रामराजा म्हणून दुसराच इसम गादीवर आणला, असा आरोप ताराबाईंनी करून सर्वत्र खळबळ माजवून दिली.

पण या घडामोडींमुळे रामराजाची स्थिती 'ना घर का ना घाट का' अशी झाली. त्यास दूर करून कोल्हापूरकर संभाजी महाराजांस सातारच्या गादीवर आणावे, असा आग्रह ताराबाईंनी धरला. पण चाणाक्ष पेशव्याने तो न मानता आहे तीच रामराजाची व्यवस्था कायम ठेवली. त्याचबरोबर साताऱ्यात जी काही उरलीसुरली कारभार यंत्रणा होती, ती पुण्यास आणून त्याने पुणे ही मराठा राज्याची राजधानी केली. आता पेशवा सर्वार्थाने मराठा राज्याचा सर्वेसर्वा झाला आणि सातारचे छत्रपती पूर्णपणे निर्माल्यवत झाले ! येथून पुढे छत्रपतींची गरज एकाच कामासाठी राहिली, ती म्हणजे पेशव्याचे निधन झाल्यावर त्याच्या वारसदाराला पेशवाईची वस्त्रे देण्याचे काम फक्त त्यांच्याकडे राहिले. एकदा वस्त्रे मिळाली की पुन्हा पेशव्याने छत्रपतीकडे ढुंकूनही बघण्याची आवश्यकता राहिली नाही.

छत्रपती पेशव्यांच्या कारभाऱ्यांच्या नजरकैदेत!

नानासाहेब पेशव्याने छत्रपतींचे माहात्म्य पूर्णपणे संपुष्टात आणले. माधवराव पेशव्यासही ते वाढविण्याची गरज भासली नाही. पुढे नारायणराव व सवाई माधवराव पेशव्यांच्या कारकिर्दी झाल्या. दरम्यान सन १७७७ मध्ये रामराजे मृत्यू पावले आणि त्यांच्या गादीवर धाकटे शाहूराजे आले.

रियासतकार सरदेसाई यांनी म्हटले आहे की पूर्वी नानासाहेब, माधवराव वगैरेंनी छत्रपतींना दाबात ठेविले; पण त्यांना तकलीफ होऊ दिली नाही. पण आता सवाई माधवरावांच्या काळात पेशव्यांच्या सर्व कारभाराची सूत्रे त्याचा मुख्य कारभारी नाना फडणीस याच्या हातात गेली. त्याने पेशव्यास दाबात ठेवले आणि छत्रपतींना आपल्या संकुचित व स्वार्थी बुद्धीने 'तकलीफ' देण्यास सुरुवात केली. छत्रपतींना काही परगण्यांतील उत्पन्न खर्चासाठी मिळत असे, ते बंद करून पुणे दरबारातून त्यांच्या खर्चाची ठरावीक नक्त रक्कम पाठविली जाऊ लागली. छत्रपतींजवळ 'राजपागा, हत्ती, घोडे, कारखाने, कशास पाहिजेत?' असे म्हणून तो सर्व सरंजाम पुण्यास आणला गेला. एवढेच नव्हे, तर छत्रपतींची 'अमर्यादा' म्हणजे बेइज्जत करून त्यांच्यावर 'चौकीपहारे' ठेविले. राजमंडळातील कोणी लोकांनी त्यांना भेटण्याची बंदी केली. छत्रपतींच्या सेवेत असणाऱ्या नोकरचाकरांना घालवून दिले गेले. राजपत्रे, कागदपत्रे यांचे काही प्रयोजनच ठेवले नाही.''[४]

१७९२ मध्ये महादजी शिंदे जेव्हा उत्तर हिंदुस्थानातून पुण्यास आला होता, तेव्हा त्याने नाना फडणिसाची भेट घेऊन साताऱ्याच्या जवळच असलेल्या कृष्णा-वेण्णा नदीवरील संगम माहुलीपर्यंत तरी छत्रपतींना जाण्याची परवानगी द्यावी, अशी

नाना फडणिसास विनंती केली. या वेळी महादजीचा हिंदुस्थानात प्रचंड दरारा निर्माण झाला होता. त्याला 'नाही' म्हणण्याची छाती नानास झाली नाही. तेव्हा त्याने मोठ्या मनाने (!) छत्रपतींना संगम माहुलीपर्यंत फिरण्यास संमती दिली.

यावर भाष्य ते काय करावे! काळाचा हा विचित्र महिमाच म्हणावा लागेल. कोण हा नाना फडणीस? हा तर छत्रपतींच्या चाकराचा चाकर! पण त्याची खुद्द छत्रपतींनाच कैदेत टाकण्याची हिंमत झाली? यापेक्षा छत्रपतींच्या सत्तेचा व पदाचा ऱ्हास तो काय व्हायचा? पेशव्यातील सर्वांत शहाणा, थोर मुत्सद्दी, बुद्धीचा सागर म्हणून इतिहासकारांनी ज्याची तोंड भरून स्तुती केली आहे, त्या नाना फडणिसास छत्रपतींच्या सिंहासनाची महती उमजली नाही, अशीच इतिहासाची साक्ष राहील.

या ऱ्हासाला छत्रपती व त्यांच्यावर लादली गेलेली परिस्थिती अशा दोन्ही बाबी जरी कारणीभूत असल्या तरी आमच्या मते, यास सर्वांत जास्त सातारकर शाहू महाराज जबाबदार आहेत. कारण त्यांनी स्वतः ऐषारामी राहून पेशव्यांच्या हातात राजसत्तेच्या किल्ल्या सोपविल्या. हाती किल्ल्या मिळाल्यावर 'खजिन्या'चा मोह कोणाला होणार नाही? पेशव्यांनी छत्रपतींची सत्ता बळकाविली हे तर सत्यच आहे. पण ती बळकावू देण्यास खुद्द छत्रपतीच जबाबदार होते, हेही तेवढेच विदारक सत्य आहे. राजा दुबळा निघाल्यावर धूर्त सेवकाने सत्ता बळकाविल्याची उदाहरणे जगाच्या इतिहासात पानापानावर आढळतात. मराठ्यांचा इतिहासही त्यास अपवाद ठरलेला नाही, असाच या छत्रपती प्रकरणाचा निष्कर्ष काढावा लागेल !

विशेष टीप

स. १९७८ मध्ये शिवाजी विद्यापीठात Ideas and Institutions in Medieval Maharashtra या विषयावर झालेल्या राष्ट्रीय चर्चासत्रात सादर केलेल्या Decline of the Maratha Monarchy या शोधनिबंधाचा हा मराठी अनुवाद आहे.

संदर्भ

१. छत्रपती श्रीशिवाजीराजे यांची बखर, पृ. ८२

२. मराठी रियासत-पेशवा बाजीराव, पृ. ५२०

३. कित्ता, पृ. ५२०-५२१

४. मराठी रियासत-पेशवा सवाई माधवराव, पृ. ३८५

◆

किल्ले विशाळगड - महाराष्ट्राचे एक धारातीर्थ

गडकोट हेच राज्य

कोल्हापूरच्या परिसरात पन्हाळा, विशालगड, गगनगड, रांगणा व सामानगड हे प्रमुख किल्ले होत. सह्याद्रीच्या पर्वतरांगांवर उभे असलेले हे किल्ले महाराष्ट्राच्या गेल्या हजार-बाराशे वर्षांच्या इतिहासाचे साक्षीदार आहेत. महाराष्ट्राच्या इतिहासात सह्याद्रीच्या किल्ल्याचे स्थान अनन्यसाधारण आहे. कारण महाराष्ट्राचा इतिहास व पर्यायाने मराठी संस्कृती याच किल्ल्यांनी घडविली आहे.

जेट विमानांच्या आजच्या युगात आपणास किल्ल्याचे महत्त्व वाटणार नाही. पण जेव्हा दळणवळणाच्यी ही आधुनिक साधने नव्हती, तेव्हा राज्याच्या संरक्षणाची मुख्य मदार किल्ल्यांवर होती. किल्ले म्हणजे राज्याचे, पर्यायाने प्रजेचे, संरक्षण करणारे मुख्य साधन मानले जात असे.

म्हणूनच शिवकालीन राजनीतिज्ञ, छत्रपती शिवाजी महाराजांचा प्रधान, रामचंद्रपंत अमात्य आपल्या 'आज्ञापत्र' या ग्रंथात किल्ल्यांचे महत्त्व सांगताना लिहितो, ''संपूर्ण राज्याचे सार ते दुर्गे. दुर्गे नसता मोकळा देश. परचक्र येताच निराश्रय प्रभाभग्न होतो...गडकोट हेच राज्य. गडकोट म्हणजे राज्याचे मूळ. गडकोट म्हणजे खजिना. गडकोट म्हणजे सैन्याचे बळ. गडकोट म्हणजे राजलक्ष्मी. गडकोट म्हणजे सुखनिद्रागार. किंबहुना गडकोट म्हणजे आपले प्राणरक्षक.''[१]

छत्रपती शिवाजी महाराजांनी गडकोटांच्या साहाय्यानेच स्वराज्य स्थापिले, गडकोटांच्या साहाय्यानेच स्वराज्य संरक्षिले आणि गडकोटांच्या साहाय्यानेच स्वराज्य वाढविले. म्हणूनच रामचंद्रपंत अमात्य म्हणतो की, गडकोट म्हणजेच राज्य, गडकोट म्हणजे राजलक्ष्मी. अशाच प्रकारे स्वराज्याची राजलक्ष्मी असणाऱ्या किल्ले विशाळगडाचा हा परिचय.

दुर्गम किल्ले विशाळगडावरील राजवटी

कोल्हापूरच्या वायव्येस सुमारे ५० मैलांवर सह्याद्रीच्या एका उंच पर्वत फाट्यावर खेळणा ऊर्फ विशाळगड उभा आहे. त्याची समुद्रसपाटीपासूनची उंची ३३०० फूट आहे. खुद्द गड पायथ्यापासून ३००० फूट उंच आहे. हजार दोन हजार फूट उंचीच्या कड्यांनी व आसमंतातील बिकट जंगलाने हा किल्ला दुर्गम बनलेला आहे. किल्ल्याच्या पश्चिम तटावरून दूरवर पसरलेल्या सह्याद्रीचे विशाल व रौद्र स्वरूप आपणास दृष्टीस पडते आणि विशाळगड म्हणजे सह्याद्रीचे एक स्वाभाविक अपत्य असल्याची साक्ष मनोमन पटते.

दक्षिण महाराष्ट्रात पन्हाळा व विशाळगड हे किल्ले प्रथम क्रमांकाचे मानले जातात. राजकीयदृष्ट्या पन्हाळ्याचा क्रमांक वरचा लागेल. पण लष्करीदृष्ट्या विचार करता पन्हाळ्याहून विशाळगड हा अधिक दुर्गम आहे. म्हणजे तो अधिक सुरक्षित आहे. सह्याद्रीच्या तो अगदी कुशीतच आहे. आसमंतातील पर्वत-दऱ्या, अत्यंत घनदाट अरण्य आणि सुमारे २५० ते ३०० इंच पाऊस यामुळे विशाळगडाची दुर्गमता अधिकच वाढली आहे.

सर्वसाधारणपणे विशाळगडाचा इतिहास १२ व्या शतकापर्यंत पाठीमागे जातो. कोल्हापूरचा शिलहार राजा दुसरा भोज याने महाराष्ट्रात जे महत्त्वाचे १५ किल्ले बांधले, त्यांपैकी पन्हाळा व विशाळगड हे दोन प्रमुख होत. राजा भोज हा चालुक्यांचा सामंत होता. पण या किल्ल्यांच्या साहाय्याने आपले सामर्थ्य वाढवून व चालुक्यांचे वर्चस्व झुगारून देऊन त्याने स्वतंत्र राज्यसत्ता स्थापन केली. 'राजाधिराज व पश्चिम चक्रवर्ती' अशी वैभवशाली बिरुदे त्याने धारण केली.

तेराव्या शतकाच्या सुरुवातीस कोल्हापूरच्या शिलहाराचे राज्य देवगिरीच्या सिंधन यादव राजाने बुडविले व त्याबरोबर पन्हाळा-विशाळगडावर यादवांची सत्ता प्रस्थापित झाली. पुढे दिल्लीच्या खिलजी सुलतानांनी यादवाचे राज्य बुडविल्यावर हे किल्ले स्थानिक मराठा सरदारांच्या हाती राहिले.

यादवांनंतर दक्षिणेत विजयनगर साम्राज्याची स्थापना झाली. काही काळ हा विशाळगड या साम्रज्यसत्तेच्या आधिपत्याखाली आला. नंतर लवकरच म्हणजे सन १३४७ मध्ये बहामनी राज्याची स्थापना झाल्यावर बहामनी सुलतानांनी हा प्रदेश जिंकण्याचा प्रयत्न चालविला; पण सह्याद्रीच्या बिकट प्रदेशातील या किल्ल्यांनी बहामनी सुलतानांच्या सत्तेस बराच काळ दाद दिली नाही. येथील मराठे सरदार स्वतंत्रपणेच वावरत राहिले.

मलिक उत्तुझारच्या मोहिमेचा फज्जा

बहामनी सुलतान दुसरा अल्लाउद्दिन याने कोल्हापूरचा प्रदेश जिंकण्यासाठी सन १४५३ मध्ये मलिक उत्तुझार नावाचा एक पराक्रमी सेनानी मोठ्या सैन्यानिशी पाठविला. या वेळी पन्हाळ्यावर शिर्क्यांची सत्ता होती, तर विशाळगडावर शंकरराय मोरे याची सत्ता होती. मलिक उत्तुझारने शिर्क्यांचा पराभव करून त्यास कैद केले आणि त्यास मुसलमान करण्याचा घाट घातला. शिर्के सरदार मोठा चाणाक्ष होता. त्याने मलिक उत्तुझार यास विनंती केली की, ''विशाळगडचा शंकरराय मोरे हा माझा शत्रू आहे. मला एकट्यासच जिंकून व मुसलमान करून तुम्ही परत गेलात तर तो माझी टर उडवेल. तेव्हा आपण दोघांनी त्याच्यावर स्वारी करून त्याचा नाश घडवून आणू या. नंतर मी मुसलमान होऊन बहामनी सुलतानाची इमानेइतबारे सेवा करण्यास मोकळा होईन.''[२]

मलिक उत्तुझारला शिर्क्यांचा कावा समजला नाही. तो शिर्क्यांसह विशाळगडाच्या रोखाने सैन्य घेऊन निघाला. एक-दोन दिवस कूच केल्यानंतर शिर्क्यांनी मलिक उत्तुझारला अशा भयंकर प्रदेशात आणून सोडले की त्याचे सर्व सैन्य गर्भगळित झाले. शिर्क्यांनी शंकररायाशी अगोदरच संधान बांधल्याने त्याने अशा बिकट प्रदेशात सापडलेल्या बहामनी सैन्यावर अचानक हल्ला चढवून शिर्क्यांच्या साहाय्याने मलिक उत्तुझारसह त्याच्या ७००० सैनिकांची कत्तल केली.

इतिहासकार फेरिश्ताने मलिक उत्तुझारच्या या मोहिमेचे, विशाळगडाच्या बिकट प्रदेशाचे व त्यात सापडून नाश पावलेल्या मुस्लिम फौजेच्या नाशाचे फार रोचक वर्णन केले आहे. तो म्हणतो – ''शिर्क्यांच्या वचनावर भरवसा ठेवून मलिक उत्तुझार खोळण्यावर स्वारी करण्यास निघाला. आरंभीच काही दक्षिणी व हबशी कामगारांनी पहाडात शिरण्याचे नाकबूल केले आणि ते मलिकास सोडून मागे राहिले. शिर्क्याने पूर्वी वचन दिल्याप्रमाणे पहिले दोन दिवस एका रुंद व चांगल्या वाटेने मुसलमानी सैन्यास नेले. परंतु तिसऱ्या दिवशी त्याने अशा बिकट वाटेने त्यास नेले की, त्या घोर अरण्यात भिऊन मर्द वाघही गर्भगळित होईल. इतकेच नव्हे तर ते दृश्य पाहून त्याचे पुरुषत्वही जाईल. घाटातील वाटा इतक्या वाकड्यातिकड्या होत्या की, त्यांची तुलना केसांच्या कुरळेपणाशी केली तरीदेखील बरोबर होणार नाही. त्या पर्वतांचा भयंकर देखावा पाहून प्रत्यक्ष राक्षस व भूतेदेखील कड्यापाशी व गुहांपाशी आल्यावर दचकून जातील! या घोर अरण्यात कधी सूर्याचा कवडसासुद्धा पडत नसे. तेथे वाढलेले गवतसुद्धा सर्पाच्या सुळ्या दाताप्रमाणे चिवट व तीक्ष्ण होते, आणि हवा तर अजगराच्या श्वासाप्रमाणे दुर्गंधीयुक्त होती. तेथील पाण्यामध्ये मूर्तिमंत मृत्यूच वास करीत होता. प्रत्येक झुळूकही विषाने प्रफुल्लित होती.

"अशा वाकड्या तिकड्या व भयंकर वाटेने जाऊन मुसलमान लोक अगदी भिऊन व थकून गेल्यावर पुढे गडद, घोर अरण्य लागले व या अरण्यात ते शिरले. तेथील वाट तर अशी बिकट होती की, त्यातून वाऱ्यासस‌ुद्धा वाहता येण्यासारखे नव्हते ! त्या वाटेच्या तिन्ही बाजूंस गगनचुंबी पर्वत होते व चौथ्या बाजूस एक खाडी होती. त्यामुळे तेथून पुढे जाण्यास मार्ग नव्हता किंवा ज्या वाटेने ते गेले त्या वाटेशिवाय मागे परतण्यास मार्गच नव्हता. या घोर प्रसंगी मलिक उत्तुझार आजारी पडून त्यास रक्ताची हगवण सुरू झाली. त्यामुळे त्यास नियमितपणे कूच करता येईना. तसेच सैन्यात शिस्त राखण्यासाठी हुकूमही देता येईनात. सैन्यातील लोक दिवसभर थकून जेथे जागा सापडेल, तेथे विश्रांती घेण्यास पडत, कारण जवळ जवळ दोन तंबू मारण्याससुद्धा जागा नसे. याप्रमाणे थकूनभागून अगदी अव्यवस्थित रीतीने मुसलमानी फौज विश्रांती घेत पडली असता शिर्के शंकररायाकडे गेले व म्हणाले, "सर्व मुसलमानांस तुझ्या जबड्यात आणून सोडले आहे. तेव्हा पुढे काय ते तू बघ!"

"हे वृत्त ऐकताच शंकरराय मोठी फौज घेऊन निघाला. आपणावर कोणीकडून एकाएकी छापा येईल, अशी मुसलमानांना बिलकूल धास्ती नसल्यामुळे सारा दिवस श्रम करून थकून ते झोपी गेले होते. अशा या पराधीन आणि दुर्बल स्थितीत असता शंकररायाच्या लोकांनी कट्यारींनी व तलवारींनी ७००० मुसलमान शिपायांस मेंढ्याप्रमाणे कापून काढले. त्या वेळी वारा जोराचा सुटला होता. त्यामुळे झाडांच्या फांद्या एकमेकांवर आदळून जो मोठा गोंगाट चालला होता, त्यात मुसलमानांच्या किंकाळ्यासुद्धा एकमेकांस ऐकू आल्या नाहीत. मदीना, बुर्बला व नजपू येथील बड्याबड्या पाचशे सय्यदांसह वर्तमान मलिक उत्तुझार या कत्तलीत ठार झाला. त्याचप्रमाणे जे दक्षिणी व हबशी कामगार आपल्या २५०० लोकांसह बरोबर होते, त्यांचीसुद्धा हीच गत झाली. उजाडण्यापूर्वीच हे रक्तपाताचे काम पूर्ण करून अरण्यातून शंकरराय आपल्या लोकांसह वर्तमान परत गेला होता."[३]

पुढे शिवछत्रपतींनी ज्या गनिमी काव्याचा आश्रय घेऊन महाराष्ट्रात आदिलशाही व मोगल फौजांची धुळधाण केली त्या गनिमी काव्याचा उगम या विशाळगडाच्या पायथ्याशी १५ व्या शतकात शिर्के-मोरे या मराठा सरदारांनी केलेल्या पराक्रमात सापडतो, ही गोष्ट लक्षात ठेवण्यासारखी आहे.

पण एका अपयशाने मुस्लिम आक्रमक नाउमेद होणारे नव्हते. बहामनी सुलतानाने पुढे १७ वर्षांनी सन १४६९ मध्ये महंमद गवान या शूर सेनानीच्या आधिपत्याखाली पुन्हा एकदा विशाळगड जिंकण्यासाठी लष्करी मोहीम पाठविली. विशाळगडास वेढा पडला. सतत नऊ महिन्यांचा वेढा जिद्दीने चालवून महंमद गवानने विशाळगड जिंकला. अशा प्रकारे विशाळगड बहामनी सुलतानाच्या आधिपत्याखाली आला.

पुढे सन १५२६ मध्ये बहामनी राज्याचा नाश झाला आणि लवकरच त्याचे

पाच तुकडे पडून दक्षिण महाराष्ट्राचा हा प्रदेश त्यातील किल्ल्यांसह आदिलशाही सुलतानांच्या आधिपत्याखाली गेला. अशा प्रकारे एका आक्रमकाच्या तावडीतून दुसऱ्या आक्रमकाच्या तावडीत विशाळगड सतत २०० वर्षे राहिला.

विशाळगड हिंदवी स्वराज्यात

दीर्घकालाच्या पारतंत्र्याच्या भयाण रात्रीनंतर विशाळगडानेच स्वातंत्र्याची पहिली पहाट पाहिली ती सन १६५९ मध्ये. या वेळी शिवाजी महाराजांनी अफझलखानास गारद केल्यावर अवघ्या महिनाभरात पन्हाळ्यापावेतो दक्षिणेकडचा प्रदेश काबीज केला. पन्हाळा, रांगणा, गगनगडबरोबर विशाळगडही त्यांनी काबीज केला.

खेळण्याचे विशाळगड हे नामांतर शिवप्रभूंनीच केले. शिवप्रभूंच्या स्वराज्यात विशाळगडास मोठे महत्त्व प्राप्त झाले. दक्षिण स्वराज्यातील पन्हाळा व विशाळगड हे प्रथम क्रमांकाचे किल्ले मानले गेले. कोकणात सावंतवाडीपर्यंतचा व देशावर बेळगावपर्यंतचा प्रदेश या दोन किल्ल्यांच्या जरबेत येत असे.

शिवाजी महाराजांच्या अनेक मोहिमा या गडावरून निघाल्या. स्वराज्याचे अनेक हर्षाचे प्रसंग या गडाने पाहिले. अनेक बिकट प्रसंगी या गडाने मराठ्यांना साहाय्याचा हात दिला. शिवप्रभूंच्या कारकिर्दीतील सिद्दी जोहरच्या लढ्याचा प्रसंग तर इतिहासप्रसिद्धच आहे. सिद्दी जोहरच्या पन्हाळ्याच्या वेढ्यातून निसटून महाराज विशाळगडावर आले. त्या प्रसंगी पाठलाग करणाऱ्या आदिलशाही फौजांशी याच विशाळगडाच्या पायथ्याशी गजापूरच्या खिंडीत वीर बाजीप्रभू देशपांडे याने आपल्या तीनशे मावळ्यांनिशी झुंज दिली आणि ग्रीक इतिहासातील लिओनिडास राजाप्रमाणे स्वातंत्र्याच्या रक्षणासाठी आत्मबलिदान केले. आज विशाळगडाला जाताना या वीर पुरुषाच्या स्वामिनिष्ठेचे व स्वातंत्र्यप्रेमाचे स्मरण प्रत्येकाला झाल्याशिवाय राहत नाही; किंबहुना विशाळगड म्हटल्यावर वीर बाजीप्रभूचे बलिदान नजरेसमोर उभे राहते. किल्ले विशाळगडाने या प्रसंगी स्वराज्याच्या स्वामीचे– शिवप्रभूचे – प्राणरक्षण करून मोठी अनमोल कामगिरी बजावली.

संभाजी महाराजांच्या कारकिर्दीत या किल्ल्याचे महत्त्व पूर्वीसारखेच राहिले. संभाजी राजाचे दीर्घकाल वास्तव्य या किल्ल्यावर व त्याच्या आसमंतात होते. सन १६८८ मध्ये शिर्क्यांचे बंड मोडून संभाजी राजे विशाळगडावर आले. येथे काही दिवस त्यांनी राज्यकारभारासाठी वास्तव्य करून रायगडाकडे कूच केले. मार्गात संगमेश्वर मुक्कामी ते मोगलांकडून पकडले गेले.

विशाळगड- मराठ्यांची राजधानी

संभाजी राजांच्या वधानंतर स्वराज्यावर भयानक संकट कोसळले. राजधानी

रायगड शत्रूच्या हाती पडली आणि त्यावर असणाऱ्या राणी येसूबाई व शाहूराजे यांना मोगलांनी कैद करून बादशाही छावणीत नेले. नवे छत्रपती राजाराम महाराज यांना महाराष्ट्रात राहणे अशक्य होऊन ते आपल्या निवडक सोबत्यांनिशी कर्नाटकात जिंजी किल्ल्याकडे गेले. इकडे महाराष्ट्रात स्वराज्याचे परगण्यापाठीमागून परगणे व गडापाठीमागून गड शत्रूने काबीज केले. पन्हाळाही मोगलांनी जिंकला. पण त्याच्या मागे सह्याद्रीच्या कुशीत असलेला विशाळगड मात्र त्यांना घेता आला नाही. राजाराम महाराज कर्नाटकात जाताना महाराष्ट्रातील स्वराज्याच्या कारभाराची सर्व सूत्रे रामचंद्रपंत अमात्याकडे देऊन गेले होते. आता रामचंद्रपंताने विशाळगडावरच आपली राजधानी थाटली. स्वराज्याची सर्व सूत्रे या गडावरूनच हलू लागली.

अशा प्रकारे राजाराम महाराजांच्या कारकिर्दीत या गडास राजधानीचे महत्त्व प्राप्त झाले. औरंगजेब बादशहासारख्या शत्रूशी करावयाच्या संघर्षाचे राजकारण इथे या गडावरच चालत असे. येथूनच रामचंद्रपंतांचा आशीर्वाद घेऊन संताजी, धनाजी, नेमाजी शिंदे आदी मराठा वीर मोगली मुलखांवरील मोहिमांसाठी निघत आणि मोहिमांची सांगताही पंताच्या दर्शनाने या गडावरच होत असे!

संभाजी महाराजांच्या वधानंतर मोगलांच्या ताब्यात गेलेला पन्हाळा मराठ्यांनी पुन्हा लवकरच सन १६९२ मध्ये परत काबीज केला. पण स्वराज्याच्या कारभाराचे मुख्य ठाणे पन्हाळा न राहता विशाळगडच राहिले. कारण पन्हाळ्यापेक्षा विशाळगडच मराठ्यांना अधिक सुरक्षित वाटत होता. याच कारणास्तव राजाराम महाराज जिंजीकडे गेल्यावर काही काळ त्यांच्या ताराबाई व राजसबाई या राण्यांचे वास्तव्य याच गडावर होते. याच गडावरून त्या नंतर जिंजीकडे रवाना झाल्या.

पुढे सन १६९८ मध्ये राजाराम महाराज जिंजीतून महाराष्ट्रात आले व त्यांनी साताऱ्यावर आपल्या नव्या राजधानीची स्थापना केली. असे झाले तरी विशाळगडाचे महत्त्व कमी झाले नाही. राजकुटुंबाच्या वास्तव्याने अत्यंत सुरक्षित ठिकाण म्हणून विशाळगडचा लौकिक कायम राहिला.

राजाराम महाराज व महाराणी ताराबाई या राजदांपत्याचे दीर्घ काळ वास्तव्य याच गडावर राहिले.

राजाराम महाराज सिंहगडावर २ मार्च १७०० रोजी मृत्यू पावले. त्या वेळी त्यांचा कबिला विशाळगडावरच होता. या वेळी त्यांची एक राणी अहल्याबाई याच गडावर सती गेली. पुढे विशाळगडावरच राजारामपुत्र शिवाजीराजे यांचा मंचकारोहण सोहळा झाला. लवकरच मोगलांनी नूतन राजधानी सातारा किल्ला काबीज केल्यावर महाराणी ताराबाई व शिवाजीराजे यांचे वास्तव्य विशाळगडावरच राहिले. विशाळगड ही स्वराज्याची पुन्हा एकदा राजधानी झाली.

औरंगजेबाचा विशाळगडाचा वेढा

मराठ्यांचे किल्ले म्हणजे त्यांचे शक्तिस्थान, ही शक्तिस्थाने काबीज केल्याशिवाय मराठ्यांची सत्ता नष्ट होणार नाही, हे उमजल्यावर खुद्द बादशहाने मराठी मुलखावर प्रचंड मोहीम सुरू केली. त्याने वसंतगड, सातारा, परळी हे किल्ले काबीज केले. सन १७०१ मध्ये पन्हाळाही घेतला व दुसऱ्याच वर्षी म्हणजे १७०२ मध्ये त्याने विशाळगडास वेढा घातला.

मोगलांचा इतिहासकार साकी मुस्तेदखान विशाळगडासंबंधी लिहितो, ''खेळणा विशाळगड, किल्ला म्हणजे मूर्तिमंत कष्ट आणि संकटे. तो घेण्याची कल्पना जरी केली तरी प्राण कासावीस होतात.''

औरंगजेबाचा विशाळगडाचा वेढा म्हणजे मराठ्यांच्या इतिहासातील एक रोमहर्षक पर्व आहे. हा वेढा एकूण सहा महिने चालला; पण तो तोफांचा भडिमार करूनही व हल्ले करूनही त्याला जिंकता आला नाही. बादशहा हट्टी होता. पावसाळा तोंडावर आला. विशाळगडाच्या परिसरात पाऊस हत्तीच्या सोंडेने बरसतो. अशा पावसाळ्यात मोगली सैन्य विशाळगडच्या जंगलातून जिवंत बाहेर पडणे शक्य नाही; हे पुरते जाणून बादशहाचा नातू शहाजादा बेदारबख्तने मराठ्यांची अक्षरशः विनवणी केली : ''किल्ल्याचा मोबदला म्हणून खंडणी घ्या; पण किल्ला आमच्या ताब्यात द्या व आम्हाला परत जाऊ द्या.''

मराठा सरदार परशुराम त्रिंबक प्रतिनिधी हा किल्ला लढवीत होता. मराठ्यांनी दोन लाख रुपये खंडणी घेऊन किल्ला मोगलांच्या ताब्यात दिला. होता होईल तितका किल्ला लढवून बादशहाची दमछाक करायची व शेवटी खंडणी घेऊन तो देऊन टाकायचा व मोगलांची पाठ वळली की पुन्हा तो जिंकून घ्यायचा, असे महाराणी ताराबाईंचे धोरण होते.

बादशहाने विशाळगडाचे नवे नाव सखरलना (धन्य परमेश्वराची) असे ठेवले. पण तो लगेच परत फिरला. तेवढ्यात कोकणच्या भयंकर पावसाने त्याला गाठले. अशा परिस्थितीत मोगल बादशहा आपल्या फौजेसह विशाळगडाहून निघाला आणि मोगलांच्या दुर्दशेला सुरुवात झाली.

मोगलांची हैराणगत

मुसळधार पाऊस, अंगाला झोंबणारा वारा, मार्गातील चिखल आणि पूर, अन्नधान्याची टंचाई व रोगराई इत्यादी अनेक संकटांना मोगल लष्कराला तोंड द्यावे लागले. हत्ती, उंट, घोडी इत्यादी जनावरे मार्गातील चिखलात रुतून बसू लागली. शेकडो जनावरे पावसाच्या माऱ्याने व थंडीने मरून पडू लागली.

मोगल लष्कराच्या या दारुण प्रवासाचे वर्णन करीत असता खाफीखान म्हणतो,

"अंबा घाटाच्या जवळची दरी तीन कोसांची. पाऊस नसताना, ती ओलांडण्यात मोगल सैन्याला दहा दिवस लागले. त्यात प्राण व वित्त यांची प्रचंड हानी झाली; मग पावसाळ्यात काय प्रकार घडला असेल, याची कल्पना केलेली बरी. दरीत प्रवेश करताना प्राणावर काय संकटे येतील, या कल्पनेने प्रत्येक जण माघार घेई, सगळी माणसे एकत्र झाली की, केव्हा एकदा आपण या भयंकर प्रवासातून पुढे निघून जाऊ असे त्यांना होई. सामानसुमान वाहून नेण्यास वाहने नव्हती. सामान तरी कुणापाशी काय राहिले होते? लहान-मोठे, गरीब-श्रीमंत या सर्वांची प्रवासातील संकटांनी नागविले गेल्यासारखी स्थिती झाली. त्यांच्यापाशी सामान इतके थोडे राहिले होते की, कोंबड्यावरही ते लादता आले असते. मोगल सैन्य रडत-कढत एका दिवसात पाव कोस जमीन आक्रमी. रात्र काढण्यास दगडा-धोंड्यांचा आसरा मिळाला तर मिळाला, नाही तर चिखलातच रात्र कंठावी लागे. दुसऱ्या दिवशी पुन्हा चिखलमाती आणि पाऊसपाणी यातून प्रवास चालू होई.[४]

लहान-मोठ्या ओढ्यांना मुसळधार पावसाने मोठे पूर आले होते. ते ओलांडताना मोगल लष्कराची अतिशय हानी होत होती. अनेक जण वाहून जात होते, तर अनेक जण पावसाच्या माऱ्याने आणि उपासमारीने प्राणास मुकत होते. अशा अवस्थेत लष्कर मलकापुराच्या अलीकडे असणाऱ्या एका मोठ्या ओढ्यावर पोहोचले. त्या ओढ्याच्या पुराने रौद्र स्वरूप धारण केले होते. त्यातून हत्तीसारखी जनावरेच पुढे जाऊ शकत होती. बाकीची बहुतेक जनावरे मरून गेली होती.

लष्करातील बायकामाणसांना हत्तीवरून ओढ्याच्या पलीकडे पोहोचवावे, अशी बादशहाने आज्ञा केली होती. परंतु बायका माणसांची संख्या काही हजारांच्या घरात होती. इतक्यांची व्यवस्था होणार कशी, हा प्रश्न निर्माण झाला.

लष्करातील स्त्रियांच्या असहाय स्थितीचे वर्णन करीत असता खाफीखान म्हणतो, "या बुरखाधारी स्त्रिया, उंट, घोडे, बैल इत्यादी स्वाऱ्या वापरीत. पण ही वाहने नष्ट झाली होती. त्यामुळे त्या बायका पायापासून डोक्यापर्यंत उघड्या पडल्या. त्यापैकी अनेकींच्या अंगावर मूल्यवान दागिने होते. त्या मांडीपर्यंत चिखलात अडकलेल्या असत. त्या काकुळतीला येऊन हत्तीच्या माहुतांना आपल्याला ओढ्याच्या पार नेण्याची विनंती करीत. रुपयाच्या ऐवजी आश्रफ्या देत, नव्हे अंगावरचे दागिने देत. ओढ्याच्या काठावर एकच झुम्मड उडाली होती. ज्यांचे मरण ओढवले होते त्यांना हत्तीवर जागा मिळू शकली नाही. ते खालीच राहिले, आणि पाण्यात बुडून मेले. ओढ्याच्या काठावर एक प्रलयच जणू उसळला होता. खाण्यापिण्याचे जिन्नस नावालाही सापडेनात. मग लोक नुसते गम (दुःख) खात."

"जुम्दतुल्मुल्क असदखान याने ओढा ओलांडला. त्याच्यापाशी एक लहान तंबू होता. कोठेतरी कोरडी जमीन सापडली तर तेथे आपला तंबू उभा करावा, या

विचारात तो होता. पण तशी जमीन कोठेच सापडेना, निरुपाय होऊन त्याने चिखलातच तंबू दिला. मेखा नीट ठोकल्या नव्हत्या. रात्री जोराचा पाऊस सुरू झाला. दोनदा राहुटी जुम्दतुल्मुल्कच्या डोक्यावर आदळली. त्याचे नोकर रात्रभर राहुटीच्या तणावा धरून उभे होते. काही शिजवावे म्हटले तर काही धान्यही शिल्लक नव्हते. अशाच उपासमारीत त्याने रात्र घालविली. सामान्य लोकांची काय स्थिती झाली असेल, याची यावरून कल्पना येईल.''[५]

ओढ्याच्या काठावर ज्यांना ओढा पार करण्यास साधन मिळाले नाही, अशी शेकडो माणसे मुसळधार पावसाने व उपासमारीने मृत्युमुखी पडली. सर्वत्र माणसे व जनावरे यांची शरीरे कुजत सडत पडल्याने भयानक दुर्गंधी सुटली होती. जे मागे जिवंत राहिले होते त्यांना जीव नकोसा झाला होता. अशा अवस्थेत २० जून रोजी बादशहा आपल्या उरल्यासुरल्या लष्करासह मलकापुरास पोहोचला. विशाळगड ते मलकापूर हे अंतर कापावयास त्यास १० दिवस लागले. आपल्या लष्कराचे हालहाल होऊन त्याची वाताहत होत असताही हा दुराग्रही व चिवट बादशहा म्हणत असे, ''थोडा पाऊस पडत आहे आणि थोडा वारा वाहत आहे. लोकांनी काय म्हणून हातपाय गाळावे?''

लवकरच बादशहाने मलकापुराहून पन्हाळगडाकडे कूच केले. १७ जुलै रोजी तो पन्हाळगडाच्या पायथ्याशी पोहोचला. विशाळगड ते पन्हाळा हे ३० मैलांचे अंतर कापावयास शाही फौजांना ३८ दिवस लागले. खाफीखान म्हणतो, ''लष्कराचे अनेक लोक मागे राहिले होते. त्यांच्या अंगावर कपडा नाही. आणि शरीरे नुसती काय अस्थिपंजरे राहिली होती. अंगात रक्त म्हणून शिल्लक नव्हते. ते कसेबसे, भिकाऱ्याप्रमाणे रडतखडत चार-पाच दिवसांनी छावणीत आले.''[६]

विशाळगडावरील या मोहिमेत बादशहाचे अर्ध्याहून अधिक लष्कर गारद झाले !

विशाळगड मराठ्यांकडे

विशाळगड फार काळ मोगलांच्या ताब्यात राहिला नाही. औरंगजेबाची पाठ वळताच महाराणी ताराबाईंनी तो पुन्हा काबीज केला.

पुढे औरंगजेबाच्या मृत्यूनंतर शाहू राजांची मोगली छावणीतून सुटका झाली. ते स्वराज्यात आल्यावर महाराणी ताराबाईंशी त्यांचा संघर्ष सुरू झाला. त्यांनी सन १७०८ मध्ये महाराणी ताराबाईंच्या हाती असलेले सातारा, पन्हाळा हे किल्ले घेतल्यावर विशाळगडही काबीज केला. पण शाहू राजांची पाठ वळताच ताराबाईंनी पुन्हा तो काबीज केला.

पुढे हा गड प्रतिनिधी घराण्यात सरंजाम म्हणून करवीरकर छत्रपतींकडून दिला

गेला. यानंतर प्रतिनिधी घराण्याचे मुख्य ठिकाण विशाळगड हेच राहिले.

१८४४ मध्ये कोल्हापूर परिसरातील पन्हाळा, सामानगड, रांगणा या किल्ल्यांवरील गडकऱ्यांनी ब्रिटिश राज्यकर्त्यांविरुद्ध बंड केले. त्यामध्ये विशाळगडचे गडकरीही सामील झाले. या वेळी गडावर बाराशे पायदळ, शंभर घोडेस्वार व अठरा तोफा एवढा सरंजाम होता. एवढ्या साधनांनिशी गडकऱ्यांनी इंग्रजांशी झुंज दिली; पण शेवटी ते हतबल झाले. इंग्रजांनी या सर्व बंडवाल्यांचा मोड केला व इतर सर्व किल्ल्यांबरोबर विशाळगडची तटबंदीही तोफा डागून उद्ध्वस्त करून टाकली.[७] त्याच वेळी विशाळगडचे प्राचीन व शिवशाही वैभव नष्ट झाले. ते त्याला पुन्हा प्राप्त झाले नाही. प्रतिनिधींनीही आपले ठाणे विशाळगडावरून उठवून खाली पायथ्याशी मलकापुरास आणले.

गडावरील ऐतिहासिक स्थाने

आज जो विशाळगड प्रसिद्ध आहे तो त्या गडावरील हजरत पीर मलिक रैहानच्या दर्ग्यामुळे. हे दैवत या भागात फार प्रसिद्ध असून हिंदू व मुस्लिम अशा दोन्ही धर्मांचे लोक या दर्ग्यास भजत असतात. मलिक रैहान हा या किल्ल्याचा एके काळचा किल्लेदार होता. मेजर ग्रॅहम या कोल्हापुरातील इंग्रज अधिकाऱ्याने तयार केलेल्या रिपोर्टमध्ये विशाळगडावरील दोन शिलालेखांचा उल्लेख असून, पहिल्यात मलिक रैहानने सहा वेळा किल्ला जिंकण्यासाठी हल्ले केले आणि सातव्या वेळा तो विजयी झाला, असे म्हटले आहे आणि दुसऱ्या शिलालेखात मलिक रैहानने ६१ वर्षे गडाची किल्लेदारी केल्याचे म्हटले आहे. मलिक रैहान सात्त्विक व साधुवृत्तीचा असल्याने पुढे त्याच्या कबरीचे रूपांतर पूजनीय दर्ग्यात झाले असावे, असे वाटते. यावर अधिक संशोधन होणे जरुरीचे आहे.

गडावरील दुसरे महत्त्वाचे ऐतिहासिक स्थळ म्हणजे वीररत्न बाजीप्रभू देशपांडे व त्याचा बंधू फुलाजी यांच्या समाध्या. सुमारे ३० वर्षांपूर्वी या समाधीचा शोध पन्हाळ्याचे इतिहास संशोधक कै. मु. गो. गुळवणी यांनी लावला. या गडाच्या दक्षिणेकडील एका खोलगट भागात त्या उभ्या आहेत.

गडावरील प्रतिनिधींचे वाडे व इतर इमारती आता पूर्ण पडून गेल्या आहेत. पण प्रतिनिधी घराण्यातील पुरुषांनी बांधलेली अमृतेश्वर व भगवतेश्वर अशी शंकराची दोन मंदिरे अद्यापि शाबूत आहेत.

तसेच भूपाळ तळे नावाचा एक जलाशय गडावर आहे. ज्याने विशाळगड बांधला त्या भोज राजानेच हे तळे बांधले, असे सांगितले जाते.

याशिवाय थोरले राजाराम महाराज यांच्या राणी अहल्याबाई यांचे सती वृंदावन, गडावरून गुन्हेगारांचा कडेलोट जिथून होई तो टकमक कडा, गड जिंकताना जिथे

अनेकदा घनघोर लढाया झाल्या ती रणमंडळ ही जागा, इत्यादी अनेक महत्त्वपूर्ण प्रेक्षणीय स्थळे गडावर आहेत.

आज विशाळगड भग्न अवस्थेत उभा आहे. शिलहार काळापासून इंग्रजांच्या काळापर्यंत घडून आलेल्या अनेक महत्त्वपूर्ण घटनांचा तो साक्षीदार आहे. शिवप्रभूंच्या स्वराज्याच्या उद्योगातील तो निष्ठावंत साथीदार आहे.

संदर्भ

१. आज्ञापत्र पृ. ९१-९२

२. पन्हाळा ते विशाळगड पृ. ६२-६३

३. कित्ता, पृ. ६३-६४

४. मराठ्यांचे स्वातंत्र्ययुद्ध पृ. ७२-७३

५. कित्ता, पृ. ७३-७४

६. कित्ता, पृ. ७५

७. कोल्हापूर गॅझिटियर पृ. ४८२.

◆

संदर्भ - ग्रंथसूची

मराठी व फारसी ग्रंथ

१. **इचलकरंजी संस्थानचा इतिहास –**
वासुदेवशास्त्री खरे, पुणे १९१३

२. **इतिहासमंजिरी –**
द. वि. आपटे, पुणे १९१३

३. **इतिहास-संग्रह : ऐतिहासिक टिपणे, भाग- २**
संपादक - द. ब. पारसनीस

४. **ऐतिहासिक प्रस्तावना**
वि. का. राजवाडे, पुणे १९२८.

५. **ऐतिहासिक फारसी साहित्य –**
भारत इतिहास संशोधक मंडळ, पुणे.

६. **ऐतिहासिक साधने –**
संपादक - शां. वि. आवळसकर, मुंबई, १९६३.

७. **ऐतिहासिक संकीर्ण साहित्य –**
भारत इतिहास संशोधक मंडळ, पुणे.

८. **औरंगजेबाच्या दरबारचे अखबार (ऐतिहासिक फारसी साहित्य, खं. ६)**
संपा. -ग. ह. खरे व गो. त्र्यं. कुलकर्णी, पुणे, १९७३

९. **करवीर रियासतीची कागदपत्रे, खंड १ –**
संपा. -स. मा. गर्गे, पुणे, १९७०

१०. **करवीर रियासतीची कागदपत्रे, खंड २ –**
संपा. -स. मा. गर्गे, पुणे, १९७२

११. **करवीर सरदारांच्या कैफियती –**
संपा. -खं. आ. गायकवाड, कोल्हापूर, १९७१

१२. **कापशीकर सेनापती घोरपडे घराण्याचा इतिहास –**
स. मा. गर्गे आणि शं. ह. वर्टीकर, पुणे, १९७४

१३. **कोल्हापूर प्रांताचा अर्वाचीन इतिहास –**
बाळाजी प्रभाकर मोडक, कोल्हापूर

१४. **गाववाडा (तृतीयावृत्ती) –**
त्रिं. ना. आत्रे, मुंबई, १९५९

१५. **चिटणीस घराण्याची संक्षिप्त माहिती –**
बा. स. कुलकर्णी, मुंबई, १९१५

१६. छत्रपती शिवाजी महाराज यांची पत्रे –
संपा.- प्र. न. देशपांडे, धुळे, १९८३

१७. छत्रपती संभाजी महाराज –
बा. सी. बेंद्रे, पुणे, १९६०

१८. छत्रपती संभाजी महाराज– स्मारक ग्रंथ –
संपा. - जयसिंगराव पवार, कोल्हापूर, १९९०

१९. जिजाबाईकालीन कागदपत्रे, खं. १ –
संपा.- अप्पासाहेब पवार, शिवाजी विद्यापीठ, कोल्हापूर, १९७८

२०. ताराबाईकालीन कागदपत्रे, खं. १ –
संपा.- अप्पासाहेब पवार, शिवाजी विद्यापीठ, कोल्हापूर, १९६९

२१. ताराबाईकालीन कागदपत्रे, खं. २ –
संपा.- अप्पासाहेब पवार, शिवाजी विद्यापीठ, कोल्हापूर, १९७०

२२. ताराबाईकालीन कागदपत्रे, खं. ३ –
संपा.- अप्पासाहेब पवार, शिवाजी विद्यापीठ, कोल्हापूर, १९७२

२३. धर्मनिरपेक्षता आणि राष्ट्रीय एकात्मता–
जी. एस. सूर्यवंशी, कोल्हापूर, १९८९

२४. पवार घराण्याचा इतिहास (दुसरी आवृत्ती) –
मा. वि. गुजर, पुणे, १९५९

२५. पेशवा दप्तर –
संपा.- गो. स. सरदेसाई, मुंबई

२६. बावडा दप्तर : खं. १ व २ –
संपा.- के. गो. सबनीस, कोल्हापूर, १९३७

२७. भारत इतिहास संशोधक मंडळ – त्रैमासिक
भारत इतिहास संशोधक मंडळ, पुणे.

२८. भारतवर्ष –
संपा.- द. ब. पारसनीस व ह. ना. आपटे

२९. मल्हार रामराव चिटणीसविरचित छत्रपती संभाजी महाराज यांची बखर –
संपा. - र. वि. हेरवाडकर, पुणे, १९७२

३०. मल्हार रामराव चिटणीस विरचित शककर्ते श्री शिवछत्रपती महाराज ह्यांचे सप्तप्रकरणात्मक चरित्र –
संपा.- र. वि. हेरवाडकर, पुणे, १९६७

३१. मराठी कुळांचा इतिहास, भाग १ –
संपा.- गो. दा. दळवी, मुंबई, १९१२

३२. मराठ्यांचे स्वातंत्र्यसमर (पूर्वार्ध) : छत्रपती संभाजी –
श. श्री. पुराणिक, पुणे १९८१

३३. मराठी साम्राज्याचा उदय आणि अस्त –
जयसिंगराव पवार, कोल्हापूर, १९७२

३४. मराठ्यांच्या इतिहासाची साधने
संपा. – वि. का. राजवाडे

३५. मराठ्यांचे स्वातंत्र्ययुद्ध - (खाफीखानाचा साधनग्रंथ) –
संपा. - सेतुमाधवराव पगडी, पुणे, १९६२

३६. मराठी रियासत : खं. १ : शहाजीराजे भोसले, शककर्ता शिवाजी... (नवी संपादित आवृत्ती) –
गो. स. सरदेसाई, मुंबई, १९८८

३७. मराठी रियासत : खं. २ : उग्रप्रकृती संभाजी, स्थिरबुद्धी राजाराम –
(नवी संपादित आवृत्ती) - गो. स. सरदेसाई, मुंबई, १९८९

३८. मराठी रियासत : खं. ३ : पुण्यश्लोक शाहू, (नवी संपादित आवृत्ती) –
गो. स. सरदेसाई, मुंबई, १९८९

३९. मराठी रियासत : खं. ४ : पेशवा बाळाजीराव - (नवी संपादित आवृत्ती) –
गो. स. सरदेसाई, मुंबई, १९९०

४०. मराठे व औरंगजेब - (साकी मुस्तैदखानकृत मासिरे आलमगिरीचा मराठी अनुवाद) संपा. - सेतुमाधवराव पगडी, मुंबई, १९६३

४१. मस्तानी –
द. ग. गोडसे, मुंबई, १९८९

४२. महाराणी ताराबाई –
जयसिंगराव पवार, कोल्हापूर, १९७५

४३. मालोजी राजे व शहाजी महाराज –
बा. सी. बेंद्रे, पुणे, १९६७

४४. मोगल आणि मराठे - (भीमसेन सक्सेनाकृत तारीखे दिलकुशाचा मराठी अनुवाद)
संपा. - सेतुमाधवराव पगडी, पुणे, १९६३

४५. मोगल दरबारची बातमीपत्रे : (स. १६८५-१७००)–
संपा. - सेतुमाधवराव पगडी, मुंबई, १९७८

४६. मोगल - मराठा संघर्ष - (फारसी साधने) –
संपा. - सेतुमाधवराव पगडी, पुणे, १९६४

४७. राजामाधवविलासचंपू (जयराम पिंड्येकृत) –
संपा. - वि. का. राजवाडे, दुसरी आवृत्ती, पुणे, १९८९

४८. रामचंद्रपंत अमात्यकृत आज्ञापत्र –
संपा. - रा. चिं. ढेरे व प्र. न. जोशी, पुणे, १९६१

४९. रामदास आणि रामदासी –
संपा. - राजवाडे संशोधन मंडळ, धुळे

५०. रायगडची जीवनकथा –
शां. वि. आवळसकर, मुंबई, १९६२

५१. रायगडदर्शन, (दुसरी आवृत्ती) –
रवींद्रनाथ रामदास, मुंबई, १९५९

५२. **वतनपत्रे, निवाडापत्रे, वगैरे –**
संपा. - पु. वि. मावजी आणि द. ब. पारसनीस, पुणे, १९०९
५३. **विजापूरची आदिलशाही (बुसातिन-उस-सलातीन) –**
संपा. - वा. सी. बेंद्रे, मुंबई, १९६८
५४. **शककर्ते शिवराय, खं १ आणि २ (दुसरी आवृत्ती) –**
विजय देशमुख, नागपूर, १९८४
५५. **शिवचरित्र - साहित्य –**
भारत इतिहास संशोधक मंडळ, पुणे
५६. **शिवपुत्र संभाजी –**
कमल गोखले, पुणे, १९७१.
५७. **शिवाजी - निबंधावली, भा. १ –**
शिवचरित्र कार्यालय, पुणे, १९३०
५८. **श्री छत्रपती राजाराम महाराज आणि नेतृत्वहीन हिंदवी स्वराज्याचा मोगलांशी झगडा –** वा. सी. बेंद्रे, मुंबई, १९७५
५९. **शिवकाली पत्रसार संग्रह : खं. १ व २ –**
संपा.– न. चिं. केळकर व द. वि. आपटे, पुणे, १९३०
६०. **शिवकालीन महाराष्ट्र –**
अ. रा. कुलकर्णी, कोल्हापूर, १९७८
६१. **शिवचरित्र प्रदीप –**
संपा. - द. वि. आपटे व स. म. दिवेकर, पुणे, शके १८४७
६२. **श्री शिवछत्रपती - (संकल्पित शिवचरित्राची प्रस्तावना, आराखडा व साधने) –**
त्र्यं. शं. शेजवलकर, मुंबई, १९६४
६३. **श्री शिवछत्रपतींची ९१ कलमी बखर –**
संपा. - वि. स. वाकसकर, पुणे, १९६२
६४. **श्री संप्रदायाची कागदपत्रे –**
संपा. - शं. श्री. देव, धुळे, १९१५
६५. **हिंदवी स्वराज्य आणि मोगल –**
सेतुमाधवराव पगडी, पुणे, १९६६
६६. **सनदापत्रातील माहिती –**
संपा. - पु. वि. मावजी व द. ब पारसनीस, पुणे, १९१३
६७. **सभासदविरचित छत्रपती श्री शिवाजीराजे यांची बखर –**
संपा. - शं. ना. जोशी, पुणे, १९६०
६८. **सातारचे प्रतिसरकार : प्रसंग आणि व्यक्ती –**
आबासाहेब शिंदे, कोल्हापूर, १९८७
६९. **सेनापती संताजी घोरपडे –**
जयसिंगराव पवार, कोल्हापूर, १९८७
७०. **संमेलन वृत्त –**
भारत इतिहास संशोधक मंडळ, पुणे

७१. **केशवपंडितकृत राजाराम - चरितम् - संस्कृत ग्रंथ –**
संपा. - सी. बेंद्रे, पुणे, १९३१

७२. **परमानंदकाव्यम् –**
संपा. - गो. स. सरदेसाई, बडोदा, १९५२

English Books

73. **English Records on Shivaji; Vol. I & II - Ed. –**
Shiva Charitra Karyalaya, Pune, 1931

74. **Fort St. David Consultations - (Records of Fort St. George) -**
Ed. – B. S. Baliga, Madras

75. **History of Aurangzib, Vol. V –**
Jadunath Sarkar, Calcutta, 1952

76. **Indian Historical Records of Commission**,
Proceedings of Meetings, Vol. IV.

77. **Indian Travels of Thevenot and Careri –**
Ed. Surendranath Sen, New Delhi, 1949

78. **Letters to Fort St. George (Records of Fort St. George) -**
Ed. – H. Dodwell, Madras

79. **Muntakhabul Lubab Muhammad Shahi - (by Khafi Khan) –**
Ed.-H. M. Elliot & John Dowson, Delhi, 1964

80. **Martin's Memories, Vol.lll - (House of Shivaji) –**
Jadunath Sarkar, Calcutta, 1955

81. **Masire Alamgiri -**
Ed. – Jadunath Sarkar, Calcutta, 1947

82. **Military History of India.–**
Jadunath Sarkar, Calcutta, 1960

83. **New History of Marathas, Vol. II –**
G.S. Sardesai, Bombay, 1958

84. **Records of Shivaji Period, Vol. I-**
Ed. – V.G.Khobarekar, Bombay, 1974

85. **Shivaji and His Times –**
Jadunath Sarkar, 6th Ed., Calcutta, 1961

86. **Storia Do Mongor or Mogul India, 1653-1708 - (By Niccolo Manucci)**
Ed. - William Irvine, London, 1907

87. **The Mughal Maratha Relations (Twenty five Fateful Years 1682-1707)–**
G.T.Kulkarni, Pune, 1983.

88. **Tara Bai and Her Times –**
Brij Kishore, Bombay, 1963

व्यक्तिनाम सूची

◆